NEW ENGLISH 900
SONG NGỮ

NEW ENGLISH 900

SONG NGỮ

QUYỂN 5

UNIT 35
Seen Any Dragons Lately?

LESSON1

ALI : Hello, Mr.[1] Vegetable Man. Do you remember me? My name is Ali.

MR. YAMAMOTO : Yes, Ali. I remember you.

601 ALI : I met you when you were going to the Japanese Garden.601 Did you have a good time?

MR. YAMAMOTO : Yes, thank you, Ali. Is this your mother, Ali?

ALI : Yes, it is. Mommy, I told you about this man...

MRS. NIKZAD :His name is Mr. Yamamoto, Ali. Be polite.

ALI : How do you know his name, Mommy?

's talk continued

BÀI 35
Mới đây ông có thấy Rồng không?

PHẦN 1

ALI : Xin chào *ông bán rau*.[1]Ông có
nhớ cháu không?Tên cháu là Ali.

MR YAMAMOTO : Ừ, Ali. Ông nhớ tên cháu.

ALI : Cháu gặp ông khi ông đang
trên đường đi đến vườn Nhật Bản
trong hội chợ.Hôm ấy ông đi chơi
có vui không? .

MR. YAMAMOTO : Ông vui lắm, cám ơn Ali. Đây
có phải là mẹ cháu không, Ali?

ALI : Thưa phải, đây là mẹ của cháu.
Mẹ ơi,con đã kể cho mẹ nghe về
người đàn ông này...

MRS. NIKZAD : Tên ông ấy là ông Yamamoto.
Ali ạ.Con phải lễ phép mới được.

ALI : Bằng cách nào mà mẹ biết được
tên của ông ấy vậy mẹ?

(1) Vegetable man: Ông bán rau (tiếng của trẻ con dùng). Thực ra
người bán rau quả được gọi là greengrocer)

602 MRS. NIKZAD : Because many of my friends have told me about him and his excellent shop. 602 It's nice to meet you, Mr. Yamamoto.Our name is Nikzad.

603 MR.YAMAMOTO: How do you do,Mrs. Nikzad? Your son helped me find my way around the Fair. 603

604 ALI : Are you famous , Mr.Yamamoto? How come?604

605 MR. YAMAMOTO : Because I have lived in this neighborhood a long time .605

ALI : But that isn't enough, is it?

606 MR.YAMAMOTO : You have to answer that question for yourself. 606

MRS. NIKZAD : Bởi vì nhiều người trong số những bạn bè của mẹ đã kể cho mẹ nghe về ông ấy.và cửa tiệm tuyệt vời của ông ấy.*Hân hạnh được biết ông,*[1] ông Yamamoto ạ. *Tên của chúng tôi*[2] là Nikzad.

MR. YAMAMOTO : *Hân hạnh được biết bà,*[1] bà Nikzad ạ! Con trai của bà đã giúp đỡ tôi tìm đường trong khu hội chợ.

ALI : Có phải ông nổi tiếng không, ông Yamamoto? Tại sao ông nổi tiếng được?

MR.YAMAMOTO : Tại vì ông sống trong khu phố này lâu rồi.

ALI : Nhưng điều đó không đủ, có phải không?

MR. YAMAMOTO: Cháu phải tự mình tìm câu trả lời cho câu hỏi đó.

---

(1) Khi mới làm quen với nhau, hoặc khi được giới thiệu lần đầu, người Anh–Mỹ thường nói:
–How do you do? It's nice   to meet you.
              a pleasure   to know you.
              very pleased   to see you.
              very happy
– Họ có thể nói 1 trong 2 câu trên. Hoặc nói cả 2 câu cũng được. Tất cả các câu trên đều có nghĩa là *hân hạnh được biết ông /bà...How do you do?* thực chất không phải là câu hỏi.
(2) Người đàn bà có chồng, mang tên chồng, chứ không mang *tên thời con gái nữa*(maiden name).

GRAMMATICAL PREVIEW

Difference between Simple Past Tense And Present Perfect Tense.

A. Use **the simple past tense** for time in the past which doesn't include the present.

1. I *lived in New York for five years.* (Now I live in Los Angeles)
2. *Picasso painted many beautiful pictures.* (Picasso is dead).

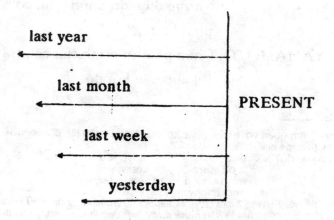

ÔN TRƯỚC NGỮ PHÁP

Khác biệt giữa *thì quá khứ đơn* (simple past) và *thì quá khứ lưu đến hiện tại* (present perfect)

A) Dùng **thì quá khứ đơn** để chỉ thời–gian trong quá khứ và thời gian nầy không bao gồm hiện tại.

1– *I lived in New York for five years.* (Now I live in Los Angeles).

(Tôi đã sống ở Nữu–Ước trong năm năm. (Bây giờ tôi sống ở Los Angeles chứ không còn sống ở Nữu–Ước nữa).

2– *Picasso* **painted** *many beautiful pictures.* (Picasso is dead).

(Picasso đã vẽ nhiều bức tranh đẹp. (Bây giờ Picasso chết rồi – không còn vẽ nữa).

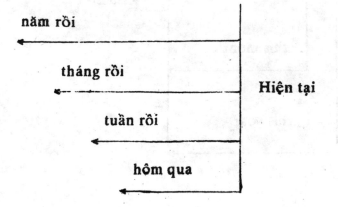

B. Use **the present perfect tense** for a time period which goes up to or includes the present.

1. *I have lived in New York for five years.* (I still live there now.)

2. *Michael has done a lot of painting.* (He painted in the past and he will probably continue to paint)

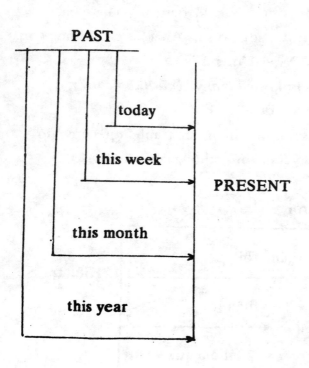

B) Dùng **thì quá khứ lưu đến hiện tại** (Present perfect) để chỉ thời–gian trong quá khứ và kéo dài đến hiện tại hoặc bao gồm cả hiện tại.

1– *I **have lived** in New York for five years.* (I still live there now.)

(Tôi đã sống ở Nữu–Ước trong năm năm. (Bây giờ tôi vẫn còn sống ở đó)).

2– *Michael* **has done** *a lot of painting.* (He painted in the past and he will probably continue to paint).

(Michael đã vẽ nhiều tranh. (Anh ấy vẽ trong quá khứ và tiếp–tục vẽ cho tới bây giờ)).

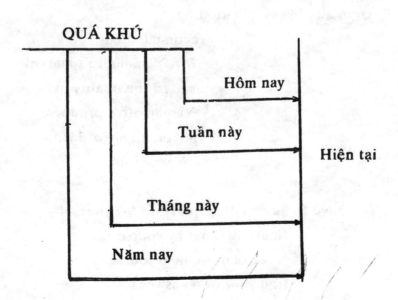

QUÁ KHỨ

Hôm nay

Tuần này

Hiện tại

Tháng này

Năm nay

SUBSTITUTION DRILLS

1. I met you when you **were going to the Japanese
   Garden.**
   walking on 66 th Street.
   visiting your relatives.
   eating at the Greek res—
   taurant.
   working at the other
   store.

2. Many of my friends have **told me about Mr.Yama-
   moto and his excellent shop.**
   recommended
   Mr. Yamamoto's market
   praised the quality of
   Yamamoto's produce.
   spoken highly of Mr.
   Yamamoto.

3. You have to **answer that question for yourself,**
   figure that out by yourself.
   solve that problem yourself.
   find your own answer to

BÀI LUYỆN NGỮ THAY THẾ

1. Cháu gặp ông khi ông đang trên đường đi đến vườn Nhật Bản.

      đang đi trên đường 66.

      đang đi thăm những người bà con của ông.

      đang ăn tại nhà hàng Hy Lạp.

      đang làm việc tại cửa hàng kia.

2. Nhiều người trong số những bạn bè của mẹ đã kể cho mẹ nghe về ông Yamamoto và cửa hàng tuyệt vời của ông.

      đã giới thiệu cửa hàng của ông Yamamoto.

      đã khen ngợi chất lượng sản phẩm của ông Yamamoto.[1]

      ca tụng ông Yamamoto.[2]

3. Cháu phải tìm câu trả lời cho câu hỏi đó cho chính mình.

      suy nghĩ ra [3] vấn đề đó một mình.

      tự giải quyết vấn đề đó.

      tìm câu trả lời của riêng mình cho câu hỏi đó.

---

(1) Produce(n) [prɔ́djuːs] - Anh; [prɔ́duːs]. Mỹ = sản phẩm
to produce [prɔdjúːs] Anh; [prɔdúːs]. Mỹ = sản xuất.

(2) *to speak highly of someone*: ca tụng ai, đề cao ai, nói tốt về ai.

(3) *to figure out a problem*: to solve a problem: *giải quyết một vấn đề*. To *figure out* còn có nghĩa là : *nghiền ngẫm, suy gẫm cho đến khi hiểu ra, tìm ra, khám phá ra, tính toán, hiểu*. Khi túc từ là một đại từ, thì túc từ đó phải được đặt giữa *figure* và *out*. Ex: you have to *figure that (this, it, them) out.*

CONNECTED DRILLS

1. How come you are **famous?**

                        tired?

                        sleepy?

                        broke?

– Because I have lived   **in this neighborhood a long time.**

                  worked hard all week.

                  been up since four this morning.

                  eaten out five nights this week.

2. a. Your son **helped me find my way around the Fair.**

                  spoke to me about you.

                  wanted to visit my store.

                  knew where the Japanese Garden was.

                  was at the Fair last week.

BÀI LUYỆN NGỮ LIÊN KẾT

1. Tại sao ông nổi tiếng?

   mệt?

   buồn ngủ?

   nhẵn túi?

   − Vì ông sống trong khu phố nầy lâu rồi.

   làm việc vất vả cả tuần.

   thức dậy từ 4 giờ sáng hôm nay.

   ăn ở nhà hàng năm tối trong tuần lễ nầy.

2. a) Con trai của Bà đã giúp tôi tìm đường trong
   khu hội chợ.

   đã nói với tôi về bà.

   đã muốn thăm cửa hiệu của tôi.

   biết vườn Nhật Bản ở đâu.

   có mặt tại hội chợ vào tuần rồi.

b. He's helped me once or twice since then.

  spoken about you often.

  wanted to see my store for a long time.

  known where the Garden was since his first
                                    visit.

  been to the Fair often in the last month.

EXERCISES

1. Change to more informal speech with "How come?"

Examples: 1. Why are you famous?

How come you're famous?

2. Why did you go to the Japanese
Garden?

*How come you went to the Japanese
Garden?*

b. Cậu ấy đã **giúp tôi** một lần hoặc hai lần từ khi đó.

thường nói về bà.

muốn thăm cửa hiệu của tôi từ lâu rồi.

biết vườn Nhật Bản ở đâu từ khi cậu

viếng hội chợ lần đầu tiên.

thường xuyên đến hội chợ vào tháng rồi.

BÀI TẬP

1. Đổi những câu sau đây bằng cách dùng "How come" để cho có tính chất văn nói chỗ thân tình hơn:

Examples: 1. *Why* are you famous? (Tại sao ông nổi tiếng?)

How come *you're famous?*

2. *Why* did you go to the Japanese garden? (Tại sao ông đi đến vườn Nhật Bản?)

How come *you went to the Japanese garden?*

a. Why can't you answer my question?

b. Why are you tired?

c. Why did Laura resign?

d. Why did you start shopping here?

e. Why didn't you tell me about this store?

f. Why didn't you remember to call Pedro?

g. Why is Mr. Yamamoto so busy?

h. Why won't you answer my question?

i. Why hasn't Michael spoken to Pedro for three years?

j. Why was Michael angry at Pedro?

Ghi chú : Dùng *why* thì có đảo ngữ (inversion) trong câu hỏi; dùng *how come* thì không có đảo ngữ.

a. How come you can't answer my question?

b. How come you are tired?

c. How come Laura resigned?

d. How come you started shopping here?

e. How come you didn't tell me about this store?

f. How come you didn't remember to call Pedro?

g. How come Mr. Yamamoto is so busy?

h. How come you won't answer my question?

i. How come Michael hasn't spoken to Pedro for three years?

j. How come Michael *was angry at* Pedro? [1]

---

(1) Cũng còn dùng *To be angry with someone* : Giận ai.

2. Fill in the blanks with the simple past or present perfect form of the verb.

Examples: 1. I ——————in Tokyo for five years now.(*live*)

I have lived in Tokyo for five years now.

2. I———————in Tokyo five years ago.(*live*)

I lived in Tokyo five years ago

a. Marian——————— about Pedro by now. (*forget*)
b. Marian——————— about Pedro years ago.(*forget*)
c. Pedro————————— n't ——————— her for almost three years now. (*see*)
d. Pedro never————————her again after she went to Florida. (*see*)
e. Miguel————————in Colombia last summer. (*be*)
f. Miguel————————in the United States since June (*be*)
g. Pedro's mother————————n't————————— Michael since he and Pedro had that fight.(*see*)
h. Mr. Yamamoto————————in Japan many years ago.(*live*)
i. Mr. Yamamoto————————a long time. That's why he's so wise. (*live*)
j. Mr. Yamamoto————————his fruit and vegetable store since he came to the United States. (*have*)
k. Miguel————————n't————————to his mother. recently. (*write*)
l. She ————————to him three times last week. (*write*)
m. Ali————————a lot of new friends lately. (*made*)
n. He ———————— Mr. Yamamoto the day before yesterday. (*meet*)
o. They ———————— n't ———————— each other last year (*know*)

3. Thêm vào chỗ chừa trống với thì *simple past* hoặc *present perfect*..

Thí dụ: 1. I *have lived* in Tokyo for five years now.

(*Tôi đã sống ở Tokyo được năm năm, tính cho tới bây giờ*).

2. I *lived* in Tokyo five years ago.

(*Tôi đã sống ở Tokyo năm năm trước đây*).

a. Marian *has forgotten* about Pedro by now.[1]

b. Marian *forgot* about Pedro years ago.[2]

c. Pedro *hasn't seen* her for almost three years now.

d. Pedro *has* never *seen* her again after she went to Florida.[3]

e. Miguel *was* in Columbia last summer.

f. Miguel *has been* in the United States since June.

g. Pedro's mother *hasn't seen* Michael since he and Pedro had that fight.

h. Mr. Yamamoto *lived* in Japan many years ago.

i. Mr. Yamamoto *has lived* a long time. That's why he's so wise.

j. Mr. Yamamoto *has had* his fruit and vegetable store since he came to the United States.

k. Miguel *hasn't written* to his mother recently.

l. She *wrote* to him three times last week.

m. Ali *has made* a lot of new friends lately.

n. He *met* Mr. Yamamoto the day before yesterday.

o. They *didn't know* each other last year.

---

(1) *By now* = đã rồi (= already; before now)

(2) *Dấu hiệu* của thì *simple past* (The tense clues of *the simple past tense*) là: ago, last, yesterday.

(3) *Dấu hiệu* của thì *Present perfect* (The tense clues of *the Present perfect tense*) là: ever..?, never, yet.?, not.., yet, already, since, so far (từ trước đến nay) up to now, until now, up to the present Until the present, lately (dạo gần đây) = recently: just (vừa mới).

LESSON 2

607	ALI	No. You have to do something special to be famous. 607 You have to kill a dragon.
608/609	MR. YAMAMOTO:	I've never done that. I have seen many and fought with a few. But to my knowledge I haven't killed any yet.
	CUSTOMER	: Excuse me, do you have any lettuce?
611	ALI	: Wow, have you ever...?
612	MRS. NIKZAD	: Mr. Yamamoto is a busy man, Perhaps, Ali, we have already taken too much of his time. 612
613	MR. YAMAMOTO:	(to the customer) I'll be with you in a moment. 613 (to Ali and his mother) Not
614		at all. Mrs. Nikzad. If I don't have enough time, it is because I am old not because I am busy. 614

PHẦN 2

ALI	: Không đâu, chắc ông đã làm gì đặc biệt mới nổi tiếng như vậy. Ông phải giết một con rồng.
MR. YAMAMOTO:	Ông chưa bao giờ làm việc đó. Ông đã thấy nhiều con rồng và đánh nhau với một vài con. Nhưng theo chỗ ông biết, ông chưa giết con rồng nào hết.
CUSTOMER	: Xin lỗi ông, ông có bán rau diếp không?[1]
ALI	: Chà, ông có bao giờ...?[2]
MRS. NIKZAD	: Ông Yamamoto rất bận. Ali à, có lẽ chúng ta đã làm mất thì giờ của ông ấy quá nhiều.
MR. YAMAMOTO:	*(nói với người khách)* Tôi sẽ tiếp bà ngay.
	(nói với Ali và bà Nikzad) Không sao đâu bà Nikzad ạ! Nếu tôi không có đủ thì giờ, thì chỉ vì tôi già, chứ không phải vì tôi bận.

---

(1) Lettuce: tức rau xà lách, rau diếp – Nhưng khi người Anh dùng từ *salad* thì họ muốn nói món *rau trộn*, gồm có rau cải (đặc biệt là rau xà lách), trái cây (thái mỏng), thịt, trứng, và đổ *nước xốt* lên trên (dầu, giấm, kem...).

(2) Wow(wau) – (Tán thán từ) Tiếng dùng để diễn tả sự ngạc nhiên, sự ngưỡng mộ, chà, à, ồ, ó?!...

ALI : I don't understand.

MRS. NIKZAD : Mr. Yamamoto is very wise.
615 When you have lived a little longer, you will understand.₆₁₅

ALI : I want to understand now.

MR. YAMAMOTO : Then you must visit me again.

ALI : Can I? I mean, may I?

ALI   : Cháu không hiểu.

MRS. NIKZAD   : Ông Yamamoto rất khôn
                         ngoan từng trải. Khi con lớn hơn
                         đôi chút, thì con sẽ hiểu.

ALI   : Con muốn hiểu bây giờ.

MRS. YAMAMOTO: Thế thì cháu phải ghé thăm
                         ông lần nữa.

ALI   : Cháu có thể làm việc đó
                         không? Cháu muốn nói cháu có
                         được phép ghé thăm ông lần nữa
                         không?

GRAMMATICAL PREVIEW

1. The Present Perfect with never/ever, just, already, yet

I have	never	been to Paris	
	n't ever		never =*not at any time*
	just		just =*very recently*
	already		already =*before* (sooner than you expected)
	n't yet		not yet=*not up to now* (but I plan to do it)

2. The Present Perfect in a when-clause

present perfect   future

When you *have lived* a little longer, you *will* understand.

ÔN TRƯỚC NGỮ PHÁP

1. Thì Present Perfect với never/ever, just, already, yet.

I have	never	been to Paris	never = *not at any time* (không bao giờ)
	n't ever		
	just		just = *very recently* vừa mới)
	already		already = *before*(sooner than you expected) – đã, đã rồi = trước (sớm hơn là người ta mong đợi)
	n't yet		not yet = *not up to now* (but I plan to do it) – chưa = cho đến lúc này thì chưa (nhưng tôi hoạch định làm điều đó).

2. Thì Present Perfect trong mệnh đề có when.

When you *have lived* a little longer, you *will understand*.
     (present perfect)   (simple future)

Giải thích : (trong tương lai, khi nào con lớn hơn đôi chút, thì con sẽ hiểu). Hai hành động đều ở trong tương lai, *have lived* xảy ra trước; *will understand* xảy ra *sau*. Hành động nào xảy ra trước một hành động khác trong tương lai thì dùng ở thì *Future perfect*. Đáng lẽ ở đây phải dùng *will have lived*, nhưng vì đứng sau *when* (conjunction of time, bắt đầu một mệnh đề phụ) nên phải dùng *Present perfect* để thay thế.

SUBSTITUTION DRILLS

1. Have you ever **killed a dragon?**
   - climbed a mountain
   - ridden a horse?
   - sung in a choir?
   - sent someone a telegram?

2. I've **never** done that.
   - already
   - always
   - just

3. I've just **talked to Mr. Yamamoto.**
   - come back from Tokyo.
   - gotten a letter from home
   - visited my in--laws.

BÀI LUYỆN NGỮ THAY THẾ

1. Ông có bao giờ **giết một con rồng không?**
   leo núi không?
   cỡi ngựa không?
   hát trong một ban đồng ca không?
   gửi một bức điện tín cho ai không?

2. Ông **không bao giờ** làm việc đó.
   đã
   luôn luôn
   vừa

3. Mẹ vừa **nói chuyện với ông Yamamoto.**
   từ Tokyo trở về.
   nhận được thư từ quê nhà.
   viếng thăm bà con bên chồng[1]

---

(1) *in-laws*: cha mẹ chồng, cha mẹ vợ; bà con bên chồng, bà con bên vợ...

4. I haven't **killed any dragons**   yet.

    flown in a 747.

    made a doctor's appointment.

    lost any weight.

5. We have already **taken too much of Mr.**

                Yamamoto's time.

    reported the accident to the police.

    had three cups of coffee this evening.

    made our reservations.

6. When you have **lived a little longer,**   you will

              understand.

    raised a family,

    had children of your own,

    been married for a while.

7.. You have to kill a dragon to **be famous.**

    be a hero.

    get to the castle.

    marry the princess.

    inherit the kingdom.

8. I'll be with you **in a moment.**

    as soon as I've taken care of this

           customer.

    shortly.

    presently.

4. Ông chưa **giết con rồng**   nào.

      bay trong một chiếc 747[1].

      hẹn với bác sĩ.

      sụt cân tí.

5. Chúng ta đã **làm mất quá nhiều thì giờ của Ông**

                          Yamamoto.

      báo cáo tai nạn cho cảnh sát.

      uống ba tách cà phê tối nay.

      giữ chỗ trước![2]

6. Khi con đã **lớn hơn chút nữa**   thì con sẽ hiểu.

      làm để nuôi một gia đình.

      có con cái của chính con .

      lập gia đình một thời gian.

7. Ông phải giết một con rồng **mới nổi tiếng vậy được.**

           mới trở thành một vị

             anh hùng được.

           mới đến tòa lâu đài được.

           mới được thành hôn với

             công chúa.

          mới được truyền ngôi báu![3]

8. Tôi sẽ tiếp ông **ngay lát nữa.**

         ngay khi tôi tiếp vị khách hàng này..

      ngay.

      ngay.

---

(1) Tên của một hiệu máy bay do Mỹ chế tạo Boeing 747.

(2) *To make reservations:* giữ chỗ trước tại một rạp hát, một nhà hàng; giữ phòng trước tại một khách sạn.

(3) Thừa hưởng vương quốc

CONNECTED DRILLS

1. I have **seen many dragons** and **fought with a few.**
       lived a long time   seen a lot.
       had a full life   enjoyed every
                               minute of it.
       travelled all over the   lived on three
           world   continents

2. I don't have enough **time,** but that's because
                    time,
                    money,
                    education,
   I'm **old,** not because I'm **busy.**
       busy,   slow.
       unlucky,   lazy.
       poor,   stupid.

BÀI LUYỆN NGỮ LIÊN KẾT

1. Ông đã **thấy nhiều con rồng**

    sống lâu .

    sống trọn cuộc đời.

    đi (du lịch) khắp thế giới.

    và đã **đánh nhau với một vài con.**

    thấy nhiều.[1]

    tận hưởng từng phút của cuộc sống.

    sống ở ba đại lục.

2. Tôi không có đủ **thì giờ** nhưng đó là vì tôi **già,**

        thì giờ.............................. bận,

        tiền .... không

                      may mắn,

    Tôi không học hành đầy đủ .... nghèo,

    chứ không phải là do tôi **bận.**

                chậm chạp.

                lười .

                ngu ngốc.

---

(1) Ý nói: từng trải, lịch lãm.

EXERCISES

1. Use "just" in the sentences and change the form of the verb.

Example: We saw Mr. Yamamoto a moment ago.

We've just seen Mr. Yamamoto.

a. I bought a new car yesterday.

b. Laura made an appointment with the dentist a minute ago.

c. My friend and I returned from the mountains an hour ago.

d The movie began a minute ago.

c. Mrs. Farias finished baking a cake ten minutes ago.

2. Use "already" in the sentences below.

Example.: 1. He's only twenty –two, and he's famous.

He's only twenty –two, and he's already famous.

2. Ali, we've only been here for five minutes but we've taken too much of Mr. Yamamoto's time.

Ali, we've only been here for five minutes, but we've already taken too much of Mr. Yamamoto's time.

BÀI TẬP

1. Dùng *just* (vừa mới) trong những câu sau đây và thay đổi hình thức (tức thay đổi *thì*) của động từ.

   Thí dụ : We *saw* Mr. Yamamoto a moment *ago*.

   We've **just** seen *Mr. Yamamoto.*

   (Ghi chú : Thêm *just* vào thì phải dùng động từ ở *Present Perfect Just* đứng giữa trợ động từ *have* và *past participle,* và ta bỏ dấu hiệu của *Simple Past* là *ago).*

   a. I have *just* bought a new car.

   b. Laura has *just* made an appointment with the dentist.

   c. My friend and I have *just* returned from the mountains.

   d. The movie has *just* begun.

   e. Mrs. Farias has *just* finished baking a cake.

2. Dùng *already* trong những câu dưới đây.

   Thí dụ: 1. Anh ấy mới 22 tuổi và anh ấy *đã* nổi tiếng rồi.

   2. Ai ơi, chúng ta mới đến đây có 5 phút **nhưng** chúng ta *đã* làm mất quá nhiều thì giờ của ông Yamamoto.

a. It's only ten minutes after lunch, and Ali is hungry
b. It's only six o'clock, but I'm tired.
c. Miguel has known Marta only a short time, but he's sent his morther a picture of her.
d. Jean's been in New York only four days, but she's seen three plays and two movies.
e. We started our business only two weeks ago, and there's too much work.
f. She's been on a diet for only a week, and she's lost five pounds.

a. It's only ten minutes after lunch, and Ali is *already* hungry.

b. It's only six o'clock, **but** I'am *alreudy* tired.

c. Miguel has known Marta only a short time, **but** he's *already* sent his mother a picture of her.

d. Jean's been in New York only four days, **but** she's *already* seen three plays and two movies.

e. We started our business only two weeks ago **and** there's *already* too much work.

f. She's been on a diet (ăn kiêng) for only a week, **and** she's *already* lost five pounds.

3. Give two answers, one with "already" and one with "yet".

> **Example :** Did you have an accident yesterday ?
> *(report it).*
> > a. *Yes, and I've already reported it.*
> > b. *Yes, but I haven't reported it yet.*

a. Have you heard about the new Chinese restaurant?
   (be there)
b. Did Bill get a parking ticket ? *(pay it)*
c. Is Pedro back in town ? *(see him)*
d. Are they getting married next month ? *(send out the invitations)*
e. Does Ali have any homework ? *(do it)*

4. Use "yet" or "already" in the sentences.

> **Examples:** 1. I expected Miguel to be here until
> 3:00, but he's left.
> > *I expected Miguel to be here until 3:00.*
> > *but he's already left.*
> 2. Miguel has done a lot of things this
> summer, but he hasn't gone to the Fair.
> > *Miguel has done a lot of things this summer,*
> > *but he hasn't gone to the Fair yet.*

3. Cho hai câu trả lời, một câu với "already" và một câu với "yet"

Thí dụ : Did you have an accident yesterday ?
(report it).

  a. Yes, *and* I've *already* reported it.

  Yes, *but* I have*n't* reported it *yet*.

a. Yes, and I've already been there

 Yes, but I haven't been there yet

b. Yes, *and* he's *already* paid it.

 Yes, *but* he has*n't* paid it *yet*.

c. Yes, *and* I've *already* seen him.

 Yes, *but* I haven*'t* seen him *yet*.

d. Yes, *and* they have *already* sent out the invitations.

 Yes, *but* they haven*'t* sent out the invitations *yet*.

e. Yes, *and* he's *already* done it.

 Yes, *but* he has*n't* done it *yet*.

4. Dùng "yet" hoặc "already" trong những câu sau đây:

Thí dụ : 1 . I expected Miguel to be here until 3:00, but he's left.

  I expected Miguel to be here until 3:00, but he's already left.

  2. Miguel has done a lot of things this summer, but he hasn't gone to the fair.

  Miguel has done a lot of things this summer, but he hasn't gone to the fair yet.

a. The market is usually open at this hour, but it has closed.

b. I have lived on a farm all my life, but I haven't ridden on a tractor.

c. Claire got paid two days ago, and she has spent her entire pay check.

d. He is only ten, but he has attended five different schools.

e. The Nikzads have been in New York for a year but they haven't made many friends.

f. We are expecting a letter from home today, but it hasn't arrived.

g. I need a job, but I haven't begun looking.

a. The market is usually open at this hour, but it has *already* closed.

b. I have lived on a farm all my life , but I haven't ridden on a tractor *yet*[1].

c. Claire got paid two days ago, and she has *already* spent her entire pay check.[2]

d. He is only ten , but he has *already* attended five different schools.[3]

e. The Nikzads have been in New York for a year but they haven't made many friends *yet*.[4]

f. We are expecting a letter from home today, but it hasn't arrived *yet*.

g. I need a job, but I haven't begun looking *yet*.

---

(1) *Tractor:* máy kéo
(2) *Pay check:* chi phiếu lương. Người lãnh lương đem chi-phiếu lại ngân-hàng để lãnh tiền.
(3) *to attend a school:* theo học tại một trường.
(4) *to make friends:* kết bạn.

UNIT 36
The Competition

LESSON 1

Joana and Mrs. Farias are in the kitchen talking.

MRS. FARIAS:		When is Michael coming to pick you up ?
JOANA	:	He said seven. *The door bell rings.* *Would you get the door please, Mama ? *Mrs. Farias goes to the door and opens it.*
MRS. FARIAS:		Hello, Michael. How are you ?
MICHAEL	:	Fine, thank you, Mrs. Farias. And you ?
616 MRS. FARIAS :		Well, as a matter of fact, I'm not feeling very well today.
MICHAEL	:	What's the matter ?
617 MRS. FARIAS:		Oh, I'm sure that it's nothing serious.₆₁₇ Joana, Michael's here!

BÀI 36
Cuộc thi

PHẦN 1

Joana và bà Farias đang ở trong bếp nói chuyện với nhau.

MRS.FARIAS	: Chừng nào thì Michael sẽ đến rước con đi.
JOANA	: Anh ấy nói bảy giờ. *(Chuông ở cửa reo).* Mẹ ơi, xin mẹ mở cửa giùm con.[1] *(Bà Farias đi lại phía cửa).*
MRS.FARIAS	: Chào cậu Michael. Cậu có mạnh khỏe không ?
MICHAEL	: Thưa bác mạnh,cám ơn bác Farias. Còn bác,thưa bác có mạnh khỏe không ?
MRS. FARIAS	: Ừm...thực ra thì hôm nay tôi thấy không được khỏe lắm.
MICHAEL	: Bác bị bệnh chi vậy ?[2]
MRS.FARIAS	: Ô, tôi chắc rằng không có gì trầm trọng cả. Joana ơi, cậu Michael đến rồi nè !

---

(1) Thực ra đây không phải là một câu hỏi, mà là một lời yêu cầu lễ phép (a polite request).

(2) *What's the matter ?* thực ra có nghĩa là *"có chuyện gì thế ?"* "có chuyện gì xảy ra thế ?".

Joana enters

JOANA : Hi, Michael.

MICHAEL : Hi, you look great!

JOANA : Thank you.

618/619 MRS.FARIAS: [1] Will you two please excuse me ? I have some things to do in the kitchen.

620 MICHAEL : Certainly. *to Joana* What's up ? 620

JOANA : I have some exciting news.

MICHAEL : What is it ? I hope you aren't going back home.

621 JOANA : No. Right now I can't think of any place I'd rather be than here. 621 But...

MICHAEL : What is it, then?

622 JOANA : Would you like to go to Brazil for two years?

(1) They are not really question, They are polite requests.

Joana đi vào – (từ nhà bếp đi vào phòng khách).

JOANA : Xin chào anh Michael.

MICHAEL : Xin chào em. Hôm nay em trông đẹp quá !

JOANA : Cám ơn anh.

MRS.FARIAS : Hai người cho phép tôi cáo lui nhé[1] Tôi có vài việc phải làm ở trong nhà bếp.

MICHAEL : Xin Bác cứ tự nhiên[2] *(nói với Joana)* Có chuyện gì xảy ra vậy?

JOANA : Em có một số tin tức hào hứng.

MICHAEL : Tin gì vậy? Anh hy vọng rằng em sẽ không về nước[3].

JOANA : Không phải đâu.Ngay bây giờ,em không thích sống ở một nơi nào khác hơn là ở đây. Nhưng...

MICHAEL : Thế thì, đó là tin tức gì !

JOANA : Anh nghĩ gì về việc đi Bra–xin trong hai năm ?

---

(1) Thực ra đây không phải là câu hỏi, mà là một lời yêu cầu lễ phép. (a polite request). *Please excuse me* ngoài nghĩa "cho tôi xin lỗi, còn có nghĩa là "cho phép tôi cáo lui, rút lui" (khi đang nói chuyện mà ta bận phải làm gì, hoặc phải đi đâu đó).

(2) *Certainly* thay cho từ *yes* để trả lời một câu hỏi. Thí dụ: "Will you pass me the book, please ?"-"*Certainly*"

(3) *to go back home:* về nhà (ở đây có nghĩa là *về nước*) Quê của **Joana** ở **Bra-xin.**

GRAMMATICAL PREVIEW

The connector THAT

A. We can omit the connector **that** when a simple sentence is the object of certain verbs.

I	know believe hope guess hear doubt suppose imagine	(that)	Michael will be a successful artist someday.

B. We can omit the connector **that** when a simple sentence follows certain adjectives.*

I'm	sure certain positive happy sorry glad afraid hopeful	(that)	we are going to stay in New York.

ÔN TRƯỚC NGỮ PHÁP

Từ nối THAT (hoặc liên từ *conjunction*)

A) Chúng ta có thể bỏ từ nối THAT khi mệnh đề phía sau làm túc từ cho động từ trước THAT.

Tôi	biết *(know)*	(rằng)	một ngày nào đó
	tin *(believe)*		Michael sẽ là một
	hy vọng *(hope)*		họa sĩ thành công
	nghĩ, đoán *(guess)*		
	nghe nói *(hear)*		
	nghi ngờ, không chắc *(doubt)*		
	cho *(suppose)*		
	nghĩ, cho *(imagine)*		

B) Chúng ta có thể bỏ từ nối THAT khi mệnh đề có THAT theo sau một số tĩnh từ nào đó.

Tôi	chắc *(sure)*	(rằng)	chúng tôi sẽ lưu lại
	chắc *(certain)*		tại Nửu–Ước
	chắc *(positive)*		
	sung sướng *(happy)*		
	lấy làm tiếc *(sorry)*		
	lấy làm vui *(glad)*		
	e, nghĩ *(afraid)*		
	hy vọng *(hopeful)*		

SUBSTITUTION DRILLS

1. Would you get the **door**, Mama ?
                    phone,

2. How are you today ?
   —Well , as a matter of fact , **I'm not feeling so
   well today.**

                              I think I'm coming down
                                 with a cold.
                              my stomach is a little
                                 upset.
                              I have a headache.

3. **I'm sure**   that   it's nothing serious.
   I'm certain
   I believe
   I guess
   I hope
   I think
   I imagine

4. Oh. I'm sure that **it's nothing serious.**
                        he'll be here in five minutes
                        I've met you before.
                        we can help you this afternoon.
                        everything is going to be all —
                           right.

5. **Did you know** that Michael entered the
                                    competition?

   Have you heard
   Were you aware
   Does Paulo know
   Who told you

6. **Will** you two please excuse me?
   Won't
   Would

BÀI LUYỆN NGỮ THAY THẾ

1. Mẹ ơi, xin **mở cửa** (cho khách vào) giùm con.
   trả lời điện thoại giùm con.
2. Hôm nay Bác có mạnh khỏe không ?
   –À, thực ra, **tôi thấy không được khỏe hôm nay.**
   tôi nghĩ tôi đang bị cảm
   tôi bị nôn nao khó chịu ở bao tử.
   tôi bị nhức đầu.
3. Tôi **chắc**   rằng   không có gì trầm trọng
      chắc
      tin
      nghĩ
      hy vọng
      nghĩ
      cho
4. Ồ, tôi chắc chắn   rằng   **không có gì trầm trọng**
                              anh ấy sẽ đến đây trong
                              năm phút nữa.
                              tôi đã gặp anh trước đây rồi.
                              chúng tôi có thể giúp anh
                              vào chiều nay.
                              mọi việc rồi sẽ ổn thôi.
5. **Anh có biết   rằng** Michael đã dự cuộc thi không?
   Anh có nghe nói
   Anh có biết
   Paulo có biết
   Ai bảo cho anh biết
6. Hai cô cậu vui lòng cho tôi được phép cáo lui nhé.
   Xin[1]   vui lòng
   Xin   vui lòng

---

(1) Trong lời yêu cầu lễ độ, nếu ta dùng *won't* thì lời yêu cầu có tính chất thiết tha hơn và nếu ta dùng *would* thì lễ-độ và lịch-sự hơn dùng *will*

7. I have some **things to do in the kitchen.**
              errands to run downtown.
              letters to write.
              calls to make.
              people to see.

8. What's **up** ?
        happening ?
        going on ?
        new ?

9. How would you like

to	**go to Brazil for two years ?**
	go sightseeing in Washington, D.C.?
	spend a weekend in the mountains?
a	ride home after work?
	subscription to the newspaper ?
	free ticket to the ballet ?

       –I'd love it !

CONNECTED DRILL

Right now, I can't
    think of **any place** I'd rather be **than here.**
            any time   go than in the fall.
            anywhere   live than in
                               California.
            anyone   invite than Michael.
            anything   do than go to sleep.

7. **Tôi có vài việc phải làm ở trong nhà bếp.**

        việc lặt vặt phải chạy lo ở dưới phố.

        lá thư phải viết.

        cú điện thoại phải gọi.

        người phải thăm viếng.

8. **Có chuyện gì xảy ra vậy ?**

        đang xảy ra vậy ?

        đang xảy ra vậy ?

        mới không ?

9. **Anh nghĩ gì về việc đi Bra-xin trong hai năm ?**

        đi ngoạn cảnh ở thủ đô Hoa

           Thịnh Đốn?[1]

        qua dịp cuối tuần ở miền núi ?

        đáp xe về nhà sau khi làm việc?

        đặt mua báo dài hạn ?

        được vé mời đi xem vũ ba–lê ?

   -Tôi muốn lắm!

BÀI LUYỆN NGỮ LIÊN KẾT

Ngay bây giờ tôi nghĩ là tôi thích

sống ở đây hơn là ở bất cứ nơi nào khác.

đi vào mùa thu hơn là bất cứ lúc nào khác.

sống ở California hơn là bất cứ nơi nào khác

mời Michael hơn là bất cứ người nào khác.

đi ngủ hơn là bất cứ việc gì khác.

---

(1) *Washington. D.C.* là từ viết tắt của Washington, District of Columbia (Washington khu Columbia), thủ đô nước Mỹ.

EXERCISES

1. Put "that" in the following sentences.

Example: I'm sure it's nothing serious.
I'm sure that it's nothing serious.

a. I'm sorry I'm late.

b. Did you know Laura quit her job?

c. I think she's a good secretary.

d. I hope you aren't going back home.

e. I guess I could make "feijoada."

f. You know I'm sorry.

g. I thought you were my friend.

h. I'm sure you can have a birthday party.

i. I think a good friendship deserves a second chance.

j. I promise I'll be good.

k. I suppose I could have an ice cream sundae.

l. I'm not sure I can be ready in five minutes.

m. I didn't know Paulo works at the Brazilian Pavilion.

n. I'm not surprised Joana is dating Michael.

BÀI TẬP

1. Dùng THAT trong những câu sau đây :

Thí dụ: I am sure it's nothing serious.
I am sure that it's nothing serious.

a. I'm sorry *that* I'm late.
b. Did you know *that* Laura quit her job (bỏ chỗ làm).
c. I think *that* she's a good secretary.
d. I hope *that* you aren't going back home.
e. I guess *that* I could make "feijoada".
f. You know *that* I'm sorry.
g. I thought *that* you were my friend.
h. I'm sure *that* you can have a birthday party.
i. I think *that* a good friendship deserves a second chance.
j. I promise *that* I'll be good.
k. I suppose *that* I could have an ice –cream sundae[1].
l. I am not sure *that* I can be ready in five minutes
m. I didn't know *that* Paulo works at the Brazilian Pavilion.
n. I'm not surprised *that* Joana is dating Michael[2].

---

(1) Sundae (sandi) Kem, bên trên có xirô, trái cây băm nhỏ, hạt dẻ...
(2) *to date someone:* (có) hẹn hò với người nào đó (hẹn hò giữa trai và gái).

EXERCISES

2. Make these into polite requests.

   Example: I can't understand. Speak more slowly.
   Will you please speak more slowly ?

   a. I didn't hear. Repeat what you said.
   b. I missed class. Give me the homework assignment.
   c. I can't study. Turn down the television.
   d. I'm broke. Lend me fifty cents.
   e. I have to buy some stamps. Tell me how to get to the post office.
   f. I'm busy. Get the door.
   g. I left my pen home. Let me use yours.

BÀI TẬP

2. Đổi những câu sau đây ra *lời yêu cầu lễ độ*.

Thí dụ : Tôi không thể hiểu được. Hãy nói chậm
hơn nữa.

Xin vui lòng nói chậm hơn nữa.

a, *Will you please* repeat what you said ?

b. *Will you please* give me the homework assign-
ment ?[1]

c. *Will you please* turn down the television ?

d. *Will you please* lend me fifty cents ?

e. *Will you please* tell me how to get to the post
office ?

f. *Will you please* get the door ?

g. *Will you please* let me use yours ? (= your pen)

3. Change the order in the sentences below.

(1) *to miss class:* vắng mặt ở lớp, bỏ một buổi học. bỏ một giờ học.

Example : I have **to do** some things in the kitchen.

I have some things to do in the kitchen.

a. We have **to run** some crrands downtown.

b. Mr. Nikzad had **to see** some people at the embassy.

c. I have **to make** some calls before work.

d. They had **to write** some letters during their lunch.

e. Mrs. Farias has **to mail** some letters at the post office.

f. I have **to wash** some dishes before I go to sleep.

4. Make questions with "How would you like...?"

Example : 1. What do you think about going to France for two years ?

How would you like to go to France for two years ?

2. What do you think about gettting a sandwich and a glass of milk?

How would you like a sandwich and a glass of milk ?

a. What do you think about spending the week at the seashore?

b. What do you think about getting a ride home after class ?

c. What do you think about going camping in the mountains ?

d. What do you think about gettting subscription to the *Evening Sun* ?

e. What do you think about going sightseeing in New York ?

f. What do you think about getting some free tickets to the ballet ?

3. Đổi thứ tự câu trong những câu sau đây:

Thí dụ: I have to do some things in the kitchen.
I have some things to do in the kitchen.

a. We have some errands to run downtown.

b. Mr.Nikzad had some people to see at *the embassy*. (tòa đại sứ).

c. I have some calls to make before work.

d. They had some letter to write during their lunch hour.

e. Mrs. Farias has some letters to mail at the post office.

f. I have some dishes to wash before I go to sleep.

4. Làm câu hỏi với "how would you like...?" (Anh nghĩ gì về việc...?)

Examples: 1) *What do you think about* going to France for two years ?

2) *What do you think about* getting a sandwich and a glass of milk ?
How would you like a sandwich and a glass of milk ?

(*Ghi chú :* Sau : *What do you think about* là một *gerund* (going, getting.)

Sau *How would you like* là động từ nguyên mẫu có *to* (*to go* trong Example1) hoặc là một danh từ (*a sandwich* trong Example2))

a. *How would you like* to spend the week at the seashore?

b. *How would you like* a ride home after class?

c. *How would you like* to go camping in the mountains ?

d. *How would you like* a subscription to the *Evening sun* ?[1]

e. *How would you like* to go sightseeing in New York?

f. *How would you like* some free tickets to the ballet.

---

[1] Evening Sun: tên 1 tờ báo. Trong tiếng Anh, tên tờ báo, tạp chí một cuốn sách... đều được in nghiêng.

LESSON 2

623 MICHAEL : What? How? With whom? 623

JOANA : The Brazillian Pavilion is holding an art competition. The person who wins gets a grant to study and paint anywhere in Brazil. 624

MICHAEL : Really ? How do you apply ?

625 JOANA : All you have to do is submit a paint— ing to the Brazilian Pavilion by December 1. 625 You'll love Brazil. I'll show you all the sights   We'll have a wonderful time.

MICHAEL : Hold on. I can *enter*. That doesn't mean I'll win.

PHẦN 2

MICHAEL   : Em nói gì ? Đi cách nào ? Đi với ai ?

JOANA   : Khu triển lãm của Bra—xin sẽ tổ chức một cuộc thi hội họa. Người thắng giải sẽ nhận được một học bổng để học và vẽ tại bất cứ nơi nào ở Bra—xin.

MICHAEL   : Thật thế hả em ? *Chúng ta* xin dự thi bằng cách nào đây ?[1]

JOANA   : Tất cả những điều anh phải làm là nộp một bức tranh cho khu triển lãm nước Bra—xin chậm lắm là vào ngày 1 tháng mười hai. Anh sẽ thích Bra—xin. Em sẽ dẫn anh đi xem tất cả những cảnh đẹp. Chúng ta sẽ có một thời gian tuyệt vời.

MICHAEL   : Tốp lại đi em.[2] Anh có thể dự cuộc thi nhưng điều đó không có nghĩa là anh sẽ đoạt được giải thưởng.

---

(1) *you* trong câu này là *impersonal pronoun*, chỉ *người ta* một cách tổng quát, hay thay cho ai cũng được, *anh, chúng ta, mọi người...*

(2) *Hold on !* (Thường được dùng theo thể mệnh lệnh) to stop, to halt (ngưng lại, dừng lại, dừng nói nữa).
Ex: Hold on now! That isn't what I meant at all.
(Hãy dừng nói nữa. Đó không phải là điều tôi ngụ ý muốn nói đâu.)

626 JOANA   : Michael,no one else has a chance !
    MICHAEL : Oh, come on.
627 JOANA   : No, really. Name one modern artist
               whose paintings are better than
               yours.627 Name one artist whose
               paintings the judges could possibly
               like more than yours.628
629 MICHAEL : It's nice to have someone who believes
               in you. 629 Too bad you're not
               one of the judges.
    JOANA   : Which picture are you going to send in ?
630 MICHAEL : I don't know. I'll have to do something
               new – something tolally new –
               something spectacular. 630

JOANA   :Anh Michael ơi, không ai khác lại có
              triển vọng đoạt giải thưởng bằng anh...[1]
MICHAEL   : Ô, thôi đi.[2]
JOANA   : Không. Thực sự như thế mà. Anh hãy
              thử nêu tên một họa sĩ hiện đại mà
              tranh của ông ta có giá trị hơn tranh
              của anh. Anh hãy nêu tên một họa sĩ mà
              tranh của ông ta có thể được các giám
              khảo ưa chuộng hơn tranh của anh.
MICHAEL   : Thật hay biết bao mà có người nào đó tin
              tưởng ở mình.. Thật đáng tiếc là em không
              phải là một trong những giám khảo.
JOANA   : Anh sẽ nộp bức tranh nào để dự thi ?
MICHAEL   : Anh không biết. Anh sẽ làm cái gì đó
              mới– một cái gì hoàn toàn mới– một
              cái gì ngoạn mục mới được.

---

(1) *Chance* (n): Cơ hội, dịp để thành công, mà thành công có thể đạt được.
(2) *Come on:* Dùng để thúc dục, tỏ vẻ nghi ngờ hay dùng như là một sự thách đố
(used as challenge), một sự thử thách.

GRAMMATICAL PREVIEW

Relative pronouns referring to people.

A.   I saw the artist. *He* painted the picture.

Who: I saw the artist *who* painted the picture.

B.   I saw the artist. The judges liked *him.*

[1]*Whom:*   I saw the artist *whom* the judges liked.

                                   I saw the artist. The judges gave a prize to *him.*

Whom with Preposition: I saw the artist *to whom* the judges gave a prize.

C.   I saw the artist. The judges liked *him* .

[2][∅]   I saw the artist the judges liked.

---

(1) The placement of the relative pronoun indicates the noun it refers to. Most English speakers use *who*, [∅] or *that* rather than *whom*.
Examples of informal SPOKEN English :
1. I saw the artist *who* the judges liked.
                that the judges liked.
2. I saw the artist *who* the judges gave a grant to.
                that the judges gave a grant to.
                the judges gave a grant to.
In this unit we are giving you practice in making the distinction between *who* and *whom.*
** means the pronoun can be omitted. (I saw the artist   the judges liked.)
(2)   = Ký hiệu này nghĩa là đại từ có thể bỏ đi (I saw the artist   the judges liked.)

ÔN TRƯỚC NGỮ PHÁP

Liên hệ đại từ chỉ người (Relative pronouns referring to people)

A. *Who*
(làm chủ từ: Subject)

● Tôi gặp người họa sĩ. *Anh ấy* vẽ bức tranh này.

−Tôi gặp người họa sĩ (mà) đã vẽ bức tranh này.

I saw the artist *who* painted the picture.

B. *Whom* [1]
(làm túc từ: object)

● Tôi gặp người họa sĩ. Những giám khảo thích anh ta.

− Tôi gặp người họa sĩ *mà* giám khảo thích.

I saw the artist whom the judges liked.

***Whom* với giới từ**

● Tôi gặp người họa sĩ . Những giám khảo trao giải cho anh ta.

− Tôi gặp người họa sĩ *mà* các giám khảo đã trao giải.

I saw the artist to *whom* the judges gave a prize. [1]

C. *Có thể bỏ Relative pronoun*
(khi làm túc từ)

● Tôi gặp người họa sĩ. Những giám khảo thích anh ta.

− Tôi gặp người họa sĩ *mà* ban giám khảo thích.

I saw the artist the judges liked.

D.   I saw the artist . *His* picture won the
                             prize.
Whose :   I saw the artist *whose* picture won
                             the prize.
Whose :   I saw the artist. The judges liked
                             his picture.

                             I saw the artist *whose* picture the
                             judges liked.

D. *Whose*
(chỉ sự sở hữu)
WHOSE + noun
(làm chủ từ)

● Tôi gặp người họa sĩ. Bức tranh của anh ta đạt được giải thưởng.

– Tôi gặp người họa sĩ *mà* bức tranh *của anh ta* đoạt được giải thưởng.

I saw the artist *whose* picture won the prize.

(*Ghi chú :* Whose picture làm chủ từ cho *won*).

– WHOSE + noun
(làm túc từ)

● Tôi gặp người họa sĩ. Những giám khảo thích bức tranh của anh ta.

– Tôi gặp người họa sĩ *mà* những giám khảo thích tranh của anh ta.

I saw the artist *whose* picture the judges liked.

(*Ghi chú:* whose picture *làm túc từ cho liked*).

SUBSTITUTION DRILLS

1. The person who **wins gets a grant to study in Sao**
                                            Paulo.
                   loses doesn't get anything.
                   comes in second gets a new set of
                                            brushes.

2. Who will **win** ?
             lose ?
             come in second ?

3. Whom will **the judges select** ?
              the audience like
              Paulo choose ?

4. The person whom **the judges select** gets a grant.
                    the audience likes
                    Paulo chooses

BÀI LUYỆN NGỮ THAY THẾ

1. Người **thắng giải (nhất)** sẽ được một học bổng học ở
Sao Paulo.
thua trong việc tranh giải sẽ không nhận được
gì hết.
đoạt giải nhì sẽ nhận được một bộ cọ vẽ mới.

2. Ai sẽ **thắng ?**
thua ?
đoạt giải nhì ?

3. **Các giám khảo sẽ chọn** ai ?
Khách xem tranh sẽ thích
Paulo sẽ chọn ưa

4. Người mà **các giám khảo chọn** sẽ nhận được một
học bổng.
khách xem tranh ưa thích
Paulo chọn

5. The person **the judges select** gets the grant.
               the audience likes
               Paulo chooses

6. It's nice to have someone who **believes in you.**
                                 has confidence in you.
                                 agrees with you.
                                 respects you.

5. Người mà **các giám khảo chọn** sẽ nhận một học
bổng

      khách xem tranh ưa thích

      Paulo chọn

6. Thật là một điều tốt
mà có người nào đó **tin tưởng ở** mình.

        tin tưởng ở

        đồng ý với

        kính trọng

(1) Một số lớn người bản xứ nói tiếng Anh, trong trường hợp
này họ dùng *who, that* hoặc bỏ relative pronoun, chứ họ không
dùng *whom*. (Họ chỉ dùng *whom* trong văn viết đúng thể cách
mà thôi– format written English) . Sau đây là thí dụ đối với
tiếng Anh không đúng thể cách dùng để nói –Informal spoken
English.

Ex: – I saw the artist *who* the judges liked .

        that the judges liked.

  I saw the artist *who* the judges gave a grant to .

        that the judges gave a grant to .

        the judges gave a grant to.

Tuy nhiên, trong bài học này tác giả cho người học thực tập
sự phân biệt giữa *who* và *whom.*

7. It's nice to have someone you **believe in.**

             have confidence in

             agree with.

             respect.

8. It's nice to have someone **in whom you believe.**

             in whom you have confidence.

             with whom you agree.

             whom you respect.

9. Name one mordern artist whose **paintings are better than yours.**

             talent is greater than Michael's.

             work you admire.

10. Name one artist

     whose paintings the judges could like more than yours.

          the audience

          anyone

7. Thật hay biết mấy khi có ai đó mà em **tin tưởng được**.

                 tin tưởng được.

                 thống nhất ý kiến

                     được.

                 kính trọng được.

8. Thật hay biết mấy khi có ai đó mà em **tin tưởng được**.

                 tin tưởng được.

                 thống nhất ý kiến

                     được.

                 kính trọng được.

9. Anh hãy nêu tên một họa sĩ hiện đại

    mà **tranh của ông ta có giá trị hơn tranh của anh**.

    tài năng của ông ta hơn tài năng của Michael.

    tác phẩm của ông ta anh ngưỡng mộ.

10. Anh hãy nêu tên một họa sĩ

    mà **các giám khảo** có thể thích tranh của ông ta

                 hơn tranh của anh

    khách xem tranh[2]

    bất cứ ai

---

(2) *audience* : a)người xem cuộc triển lãm (nghĩa trong bài).
b)*thính giả*:The radio programme has an audience of several
million. c)*độc giả*: his book has reached a wide audience.

11. The young artist

  whose paintings are on display is Michael Crawford.

  work I admire

  class I was in

12. All you have to do is **submit a painting.**

  win the contest.

  pain the best picture

  send in a painting.

13. No one else **has a chance.**

  can possibly win.

  has your talent.

14. I'll have to do something totally **new**

  different

  original

—something **spectacular.**

  unique.

  outstanding.

11.Người họa sĩ trẻ

   mà **tranh của ông ta đang được trưng bày là**

                   Michael Crawford.

     tác phẩm của anh ta tôi ngưỡng mộ

     lớp của ông ta tôi theo học

12.Tất cả những gì anh phải làm là **nộp một bức tranh.**

                 thắng cuộc thi

                   vẽ bức tranh đẹp nhất.

                   gửi nộp một bức

                        tranh.

13.Không ai khác lại có **triển vọng để thành công.**

            có thể thắng giải.

            có được tài năng cỡ anh.

14.Anh sẽ làm một cái gì đó hoàn toàn **mới.**

                  khác

                độc đáo[3]

  −một cái gì đó **ngoạn mục.**

           chỉ riêng anh mới cỡ[4]

           nổi bật

(3) original(adj):độc đáo ,nguyên thủy,không bắt chước ai.

(4) unique(adj):độc nhất vô nhị,vô song.

EXERCISES

1.Make a sentence with "who"

Examples: 1. Michael has a girlfriend. (She believes
        in him)
        Michael has a girlfriend who believes in him.
     2. Do you know the artist? (she won the
        competition last year)
        *Do you know the artist who won the
        competition last year?*

a. You're going to meet the judges. (they will pick
   the winner of the competition)

b. Where is the architect? (he disigned the Space
   Building)

c.Do you know the women?(she works in the candy
   store)

d. I know the man? (he owns the fruit market near
   the Fair)

e. Who is the man? (he is abvertising the Young
   Artist's Competition)

f. Do you know the little boy? (he was talking to
   Bill)

g. I want to sit next to the people (they were in my
   class last year)

BÀI TẬP

1. Làm câu với "who."

    Thí dụ: 1. Michael has a girlfriend who believes in him.

        (*Michael có một người bạn gái rất tin tưởng ở anh ta.*)

        2. Do you know the artist who won the competition last year?

        (*Anh có biết người họa sĩ đã thắng giải năm rồi không?*)

a. You are going to meet the judges. who will *pick the winner* of the competition. (= chọn người thắng giải).

b. Where is the architect who *designed* the Space building? (= vẽ kiểu)

c. Do you know the woman who works in the candy store?

d. I know the man who *owns* the fruit market near the fair? (= làm chủ).

e. Who is the man who is advertising the Young Artists' Competition?

f. Do you know the little boy who was talking to Bill?

g. I want to sit next to the people who were in my class last year.

2. Make one sentence about the person.

Example: The man is Michael's father. He is advertising the Young Artists' Competition.

The man who is advertising the Young Artists' Competition is Michael's father.

a. The woman is a famous artist. She admired Michael's paintings.

b. The little boys are the Nikzads' children. They are playing ball.

c. The man is Mr. Detter. He won first prize last year.

d. The architect is coming to the Fair today. She designed the building.

e. The artists must be under thirty. They are sending in paintings.

2. Làm câu nói về người.

Thí dụ: The man who is advertising the Young
Artists' Competition is Michael's father.
*(Người đàn ông đang quảng cáo cho cuộc
thi của các họa sĩ trẻ là cha của Michael).*

a. The woman who admired Michael's paintings is a
famous artist.

b. The little boys who are playing ball are the
Nikzads' children.

c. The man who won first prize last year is Mr.
Detter.

d. The architect who designed the building is
coming to the Fair today.

e. The artists who are sending in paintings must be
under thirty.

3. Use "who" or "whom" in the questions below

    a.   lives in that house ?
    b.   do you know ?
    c.   should I choose ?
    d.   eats sharks ?
    c.   reads books these day ?

4. Make a sentence with "whom"

   Examples: 1. Miguel visited the girl. (his mother knows her)
            Miguel visited the girl whom his mother knows.

          2. Joana doesn't know the woman (Paulo was talking to her).
            Joana doesn't know the woman to whom Paulo was talking.

  a. Mrs. Farias doesn't know the people. (her son is working for them)

  b. That's the man. (I spoke to him on the phone yesterday)

  c. I saw the tall blond woman. (you used to date her)

  d. I met the artist. (Michael went to school with her)

  c. Joana spoke to the man. (Paulo wanted her to meet him)

5. Make one sentence about the person.

   Examples:1. The person gets a grant. The judges select him.
         The person whom the judges select gets a grant.

         2. The person has just come back from Brazil. Paulo was speaking about him.
         The person about whom Paulo was speaking has just come back from Brazil..

3. Dùng "who" hoặc "whom" trong các câu hỏi dưới
   đây:
a. *Who* lives in that house?
b. *Whom* do you know?
c. *Whom* should I choose?
d. *Who* eats sharks?
e. *Who* reads books these days?
4. Làm câu với "whom".
Thí dụ: 1. Miguel visited the girl *whom* his mother
             knows.
         (Miguel thăm cô gái mà bà mẹ anh ta biết)
         2. Joana doesn't know the woman to whom
            Paulo was talking.
            *(Joana không biết người đàn bà mà Paulo
            đang trò chuyện.)*
a. Mrs. Farias doesn't know the people for *whom*
   her son is working.
b. That's the man to *whom* I spoke on the phone
   yesterday.
c. I saw the tall blond woman *whom* you used to
   date.
d. I met the artist with *whom* Michael went to
   school.
e. Joana spoke to the man *whom* Paulo wanted her
   to meet.
5. Làm một câu về người (được đề cập tới).
Thí dụ : 1. The person *whom* the judges select gets a
            grant.
            *(Người mà các giám khảo chọn được học
            bổng).*
         2. The person about *whom* Paulo was
            speaking has just come back from Brazil.
            *(Người mà Paulo đề cập tới vừa từ Bra-Xin
            trở về).*

a. The children kept talking during the concert. I was sitting near them.

b. The people were all businessmen. Mr. Crawford invited them.

c. The French woman is a photographer. Henry introduced you to her.

d. The fireman is coming to the meeting. You read about him in the newspaper.

e. The lawyer works for my uncle.Paulo mentioned her.

6. Rewrite the sentences omitting the relative pronoun.

Example : The person whom the judges select gets a grant.

The person the judges select gets a grant.

a. Are you the man whom I saw at the exhibition last week?

b. The lawyer whom Paulo mentioned works for an airline.

c. The people whom I invited to the meeting used to live in Mexico.

d. Michael hasn't met the new secretary whom his father hired.

e. Miguel is going to visit the woman whom his mother knows.

a. The children near *whom* I was siting kept talking during the concert.

b. The people *whom* M. Crawford invited were all businessmen.

c. The French woman to *whom* Henry introduced you is a photographer.

d. The fireman about *whom* you read in the newspaper is coming to the meeting.

c. The lawyer *whom* Paulo *mentioned* works for my uncle. (=đề cập tới)

6. Viết lại những câu sau đây, bỏ *relative pronoun*.

Thí dụ:

The person   whom the judges select   gets a grant.

The person   the judges select   gets a grant.

(Trong câu này, ta bỏ *relative pronoun* được vì nó làm *túc từ* (object)).

a. Are you the man I saw at *the exhibition* last week? (=cuộc triển lãm)

b. The lawyer Paulo mentioned works for *an airline*. (=công ty hàng không)

c. The people I invited to the meeting used to live in Mexico.

d. Michael hasn't met the new secretary his father *hired*. (=mướn)

e. Miguel is going to visit the woman his mother knows.

7. Make a sentence with "whose."

Examples: 1. I know the man. (his son is talking to Bill)

I know the man whose son is talking to Bill.

2. The wirte lives in my building. (you read her book).

The writer whose book you read lives in my building.

a. Claire met the editor.(his office is across the hall).

b. Someone stopped by to see you. (I can't remember his name)

c. The people moved to Florida. (the Wilsons bought their house)

d. Bill helped the woman. (her car had a flat tire)

e. The woman gave me ten dollars. (I found her wallet)

f. I found a job for the young man. (his father works with my wife).

7. Làm câu với *WHOSE* (của người mà...)

Thí dụ : 1. I know the man whose son is talking to
Bill.
*(Tôi biết người dàn ông mà con trai của
ông ta dang trò chuyện với Bill).*
2. The writer whose book you read lives in
my building.
*(Nhà văn mà sách sủa ông ta anh dọc
sống trong tòa cao ốc của tôi.)*

a. Claire met the editor whose office is across the
hall.

b. Someone whose name I can't remember
stopped by te see you.

c. The people whose house the Wilson bought,
moved to Florida.

d. Bill helped the woman whose car had *a flat
tire* . (= bánh xẹp)

e. The woman whose *wallet*. I found give me ten
dollars. (= bóp tiền)

f. I found a job for the young man whose father
works with my wife.

UNIT 37
Reading and Refocus

LESSON 1

Another Letter from Miguel

Dear Mama,

631 I can't believe it! I'll be home in a couple of weeks. This has been the greatest vacation I've ever had. 631 My English is pretty good

632 now. I can understand almost everything –

633 except on the phone.632 I've made many new friends and learned lots of new things.633

634 For example, Mama, believe it or not, some Americans spend more hours watching T.V. than working at their jobs.634 It's true!I read it in an American paper.

I called the Montores last week. They were

635/636 very happy to see me. You're right. They have a daughter my age.635 She is happily married,

has two children, and sends her regards.636

637 They all send their regards. Mrs. Montero cried

638 when we talked about the people she

639 hasn't seen in years.637 I felt a little sorry for her.638She wants to go back to Colombia for a visit, but I don't think they have the money.639

On the brighter side, I'm sending you

640 another photograph of Marta. Don't worry. I'm not going to do anything "foolish," but I want you to be able to recognize her.640

Love,

BÀI 37
Tập đọc và củng cố
PHẦN 1

Một Lá Thư Nữa của Miguel

Mẹ yêu quí,

Con không thể tin là có thể như thế được. Con sẽ về nhà trong một đôi tuần lễ nữa. Đây là mùa hè tốt đẹp nhất mà con đã từng có được. Tiếng Anh của con bây giờ khá giỏi. Con có thể hiểu hầu hết mọi thứ – ngoại trừ khi họ nói điện thoại. Con đã có nhiều bạn mới và học được nhiều điều mới. Thí dụ, mẹ ơi, mẹ có tin hay không, một số người Mỹ dành nhiều thì giờ để xem T.V. hơn là làm việc. Thực như vậy đó! Con đọc được điều đó trên một tờ báo Mỹ.

Con đã thăm gia đình ông bà Monteros vào tuần rồi. Họ rất vui mừng gặp con. Mẹ nói đúng đó. Họ có đứa con gái trạc tuổi con. Cô ấy đã lập gia đình và sống hạnh phúc, và có hai đứa con. Cô ấy gửi lời thăm mẹ. Cả gia đình cô ấy đều gửi lời thăm mẹ. Bà Montero khóc khi con nói về những người mà bà không được gặp trong nhiều năm nay. Con thấy hơi thương hại bà ấy. Bà ấy muốn trở về Colombia để thăm viếng mọi người, nhưng con nghĩ họ không có đủ tiền.

Bây giờ con nói chuyện khác vui hơn, con gửi tới mẹ một bức ảnh nữa của Marta.[1]. Mẹ đừng có lo. Con sẽ không làm điều gì ngu xuẩn đâu, nhưng con muốn mẹ có thể nhận ra cô ấy.

Kính thương,
Con

---

(1) Miguel gửi bức ảnh đó kèm theo thư nầy

Questions about "Another Letter from Miguel"

Fact:

The answers are *clear* **in the story.**

1. Has Miguel enjoyed his vacation ?
2. Does Miguel still have a little trouble under-standing English, or does he understand it perfectly ?
3. How does Miguel know that some Americans spend more time watching T. V. than working at their jobs ?
4. Is the Monteros' daughter married or single ?
5. What did Miguel send with the letter ?
6. Has it been a long time since Mrs. Montero was in Colombia last ?

Inference :

You can *guess the right answers* **from the story.**

1. Does Miguel think his vacation went by slowly?
2. Is Miguel happy his vacation is almost over ?
3. How did Miguel find out about the Monteros' daughter ?

Câu hỏi về bài "Một Lá Thư Nữa của Miguel"

Sự kiện :

Câu trả lời có sẵn trong sách:

1. Yes, Miguel has enjoyed his vacation.
2. He understands it well – except on the phone.
3. He knows that by reading an American paper.
4. She is married.
5. He sent a photograph of Marta with the letter.
6. Yes, it has been a long time since Mrs. Montero was in Colombia last.

Suy diễn :

Bạn có thể đoán câu trả lời cho đúng với nội dung.

1. No, he doesn't think so. He thinks his vacation went by very quickly.
2. No, he isn't. He isn't happy when his vacation is almost over, because he has enjoyed it in America so much.
3. He found out that she is happily married by calling on the Monteros.

4. Did Miguel just call the Monteros, or did he visit them, too?

5. Who thinks Miguel could do something foolish, Miguel or his mother?

6. What is the foolish thing Miguel's mother doesn't want him to do?

To the Student:

There are *no wrong answers* to these questions.

1. What was your greatest vacation ?

2. Have you ever lived in another country ?

3. Do you think watching T.V. is a good way to learn a language ?

4. How old are men and women in your country when they marry ?

5. Do people in your country usually have children soon after they get married, or do they wait a few years ?

6. Do you think everything in the newspaper is true? Do you think some things are not true?

4. He also visited the Monteros.

5. Miguel's mother thinks that he could do something foolish.

6. Miguel's mother doesn't want him *to rush into marriage* (=lấy vợ hấp – tấp) or to ruin his life.

Học viên lưu ý :

Những câu hỏi sau dây không có câu trả lời sai.

1. My greatest vacation was the one I had with my friends in Dalat some years ago.

2. No, I have never lived in another country.

3. Yes, watching T.V. is a good way to learn a language.

4. According to the Family Law in my country now, when men and women marry, men must be at least 20, women must be at least 18.

5. Uneducated people, in my country usually have children soon after they get married, educated people wait a few years.

6. No, not everything in the newspaper is true.

I. NOUN SUBSTITUTES

A. You already know that in English we can use a pronoun instead of using the same noun twice in one sentence. There are other ways to avoid using the same noun.

Example : This vacation has been the greatest vacation
I've ever had.

   1. *This*   has been the greatest *vacation*
                          I've ever had

   2. *This vacation* has been the greatest one
                      I've ever had

   3. *This vacation* has been the greatest
                      I've ever had

B. Rewrite each sentence so that you use the noun only once.
There is more than one way to write the sentences. Choose *one* way. Follow the examples above.
1. That *movie* was really a long *movie.*
2. I remember those *days* as the happiest days of my life.
3. This *chocolate cake* is the best *chocolate cake* I've ever eaten.
4. This *exercise* is more difficult than the last *exercise* .
5. That *man* is the *man* I was telling you about .
6. These *paintings* are the best known *paintings* in the museum.
7. That *day* was an unforgettable *day* in our lives.

* You can omit the pronoun completely

1. TIẾNG THAY THẾ CHO DANH TỪ

A. Bạn đã biết rằng trong Anh ngữ chúng ta có thể dùng một *đại từ* thay vì dùng cùng một *danh từ* hai lần trong một câu. Có những cách khác để tránh dùng cùng một danh từ.

Thí dụ :

– This *vacation* has been the greatest *vacation* I've ever had (danh từ *vacation* được dùng 2 lần, và *this* trong câu này là *chỉ thị tính từ : demonstrative adjective*

1. *This* has been the greatest *vacation* I've ever had. (Trong câu này *this* là *chỉ thị đại từ, demonstrative pronoun*).

2. *This vacation* has been the greatest *one* I've *ever* had. (Trong câu này, đại từ *one* được dùng thay cho *vacation*.)

3. *This vacation* has been the greatest I've ever had.

   (Trong câu này ta hoàn toàn bỏ đại từ).

B. Viết lại mỗi câu sau đây để cho bạn chỉ dùng *danh từ* một lần mà thôi. Có nhiều cách để viết những câu này, chọn *một* cách mà thôi. Theo thí dụ mẫu ở trên.

1. *That* was really a long movie.

2. I remember *those days* as the happiest *ones* of my life.

3. *This chocolate cake* is the best I've ever eaten.

4. *This* is more difficult than the last *exercise*.

5 *That man* is the *one* I was telling you about.

6. *These paintings* are the best known in the museum.

7. *That* was an unforgettable *days* in our lives.

   (= một ngày không thể nào quên được.)

II PARALLEL STRUCTURE

A. Sometimes we make several short sentences into
one long sentence. We join the different parts with
a conjunction—usually *and, but* or *or*. These different
parts of the sentences must be similar. They must
be *parallel*.

Examples :

1. a. Marta likes *to paint*.
      Marta likes *to draw*. } Marta likes to paint
      and draw.

   b. Marta likes *to paint* .
      Marta likes *Miguel*. } ('These are *not parallel*).

2. a. I've *been to Texas*.
      I've *never been to* } I've been to Texas but
      Califonia. } I've never been to California.

   b. I've *been sick*.
      I've never *been to* } ('These are *not parallel*.)
      San Francisco.

II. CẤU TRÚC ĐỐI XỨNG CÂN BẰNG.

A. Đôi khi chúng ta ghép nhiều câu ngắn thành một câu dài. Chúng ta nối những phần khác nhau lại bằng một *liên từ* (conjunction) thường là *and* (và) *but* (nhưng) hoặc *or* (hay là). Những thành phần của câu được nối liền lại phải có cấu trúc *tương tự* nhau. Tức là chúng nó phải *đối xứng* hay *cân bằng* (phần trước có loại tiếng gì phần sau phải có loại tiếng như vậy).

Thí dụ :

1.a) Marta likes *to paint.*
Marta likes *to draw.*
Marta likes *to paint* and *draw* (Cân bằng: vì *paint* và *draw* đều là động từ nguyên mẫu)

b) Marta likes *to paint*
Marta likes *Miguel.*
Hai câu này không *cân bằng.* Trong câu đầu, sau động từ *likes* là động từ nguyên mẫu *to paint*; trong câu thứ hai, sau likes là một danh từ (Miguel)

2.a) I've been to Texas
I've never been to California .
I've been to Texas but I've never been to California. (cân bằng: vì sau *have been to* đều có *danh từ* (Texas , California)

b) I've been sick.
I've never been to San-Francisco
Hai câu này không cân bằng Trong câu đầu sau *have been* là tính từ *sick*. Trong câu thứ hai, sau *have been* lại có *to.*

3. He can't *resist ice cream.* } *He can't resist ice cream*
He can't *stop eating sweets.* } or *stop eating sweets.*

B. When it's possible, join each group of sentences
    into one, using the subject only once. Use only
    one conjunction in each sentence.

1. We ate well.
We drank well.

2. I've been to London.
I've never been to Paris.

3. I've been to London.
I've been happy.

3.He can't resist ice–cream. ⎫ He can't resist ice–cream
He can't stop eating, ⎬ or stop eating sweets(cân
sweets ⎭ bằng:sau can't trong hai
câu đều có động từ
nguyễn mẫu).

B- Khi có thể được bạn hãy điền những câu trong
mỗi nhóm thành một câu Dùng chủ từ *một lần mà thôi*
Chỉ dùng *một liên từ* trong mỗi câu.

1. We ate well. ⎫ We ate well *and* drank well
We drank well. ⎬ We ate *and* drank well

2. I've been to London ⎫ I've been to London *but*
I've never been to Paris. ⎬ I've never been to Paris

3. I've been to London. ⎫ They are not parallel.(không
I've been happy. ⎬ cân bằng vì sau *have been*
trong câu thứ nhất là *to* và
sau *have been* trong câu thứ
hai tính từ (happy)

4. Claire is working at her job during the day.
   Claire is going to school at night.

5. Claire is working at her job during the day.
   Claire is going to school at night.
   Claire is taking dance lessons on weekends.

6. We stood in line.
   We bought our tickets.
   We went inside.

7. Marta likes to paint.
   Marta doesn't enjoy drawing.

8. I've made many new friends.
   I've learned a lot of things

9. I've made many new friends.
   I've made a cake.

4. Claire is working at her job during the day
   Claire is going to school at night
   } Claire is working at her job during the day *and* going to school at night

5. Claire is working at her job during the day
   Claire is going to school at night
   Claire is taking dance lessons on weekends
   } Claire is working at her job during the day, going to school at night *and* taking dance lessons on weekends

6. We stood in line
   We bought our tickets
   We went inside
   } We stood in line, bought our tickets *and* went inside

7. Marta likes to paint
   Marta doesn't enjoy drawing
   } Marta likes to paint *but* she doesn't enjoy drawing

8. I've made many new friends.
   I've learned a lot of things.
   } I've made many new friends *and* learned a lot of things

9. I've made many new friends.
   I've made a cake.
   } There are not parallel (không đối xứng) [1]

_____

(1) Xét về ý nghĩa, câu này không đối xứng tí nào cả vì *to make friends* là kết bạn (chứ không phải *làm*), *to make a cake* (làm 1 cái bánh)

10. He's already shaved.

    He's already gotten dressed.

11. We'll meet next week.

    We'll discuss the matter next week.

12. He wants to lose weight.

    He can't resist eating sweets.

13. He's already seventeen.

    He's already gotten dressed.

    He's already made breakfast.

14. I'm worried that I'm getting sick.

    I'm worried that I won't be able to go on vacation

15. I am ready to work.

    I am willing to work.

    I am able to work.

10. He's already shaved
    He's already gotten dressed
    { He's already shaved *and* gotten dressed

11. We'll meet next week.
    We'll discuss the matter next week
    { We'll meet and discuss the matter next week

12. He wants to lose weight.
    He can't resist eating sweets.
    { Không đối xứng

13. He's already seventeen.
    He's already gotten dressed
    He's already made breakfast
    { Không đối xứng. Trong câu 1, *he's* là tiếng rút ngắn của *he is*; trong thì 2 và 3, *he's* là tiếng rút ngắn của *he has*

14. I'm worried that I'm getting sick.
    I'm worried that I won't be able to go on vacation
    { I'm worried that I'm getting sick *and* that I won't be able to go on vacation[2]

15. I am ready to work.
    I am willing to work.
    I am able to work.
    { I am ready, willing *and* able to work.

(2) Câu này phải thêm liên từ *that* phía sau *and*, ta thử xét câu này khi không có *that* phía sau *and*. "I'm worried *that* I'm getting sick and I won't be able to go on vacation", người đọc có thể không thấy phần "I won't be able to..." có liên quan gì đến "I'm worried" cả.

III. Omission of THAT, SO, and NOT

A. Join the two sentences leaving out *so* or *not*.
Then make a new sentence using *that*.

Examples : 1. Do they have the money? I don't think
so.
a. *I don't think they have the money*
b. *I don't think that they have the money*
2. Are the Nikzads going back to Iran?
I hope not.
a. *I hope the Nikzads aren't going back to
Iran.*
b. *I hope that the Nikzads aren't going
back to Iran.*

B. Join these sentences. Follow the examples.

1. Does Claire like her new job? I don't think so.
2. Do Americans watch too much T.V?
Miguel believes so.

III. Bỏ THAT, SO và NOT

A. Nối kết hai câu lại, bỏ *so* hoặc *not*. Sau đó làm một câu mới dùng *that*.

Thí dụ: 1. Do they have the money? I don't think *so*
   a. *I don't think they have the money.*
   b. *I don't think that they have the money*
2. Are the Nikzads going back to Iran?
   I hope *not* (gia đình Nikzads có sẽ trở lại Iran không? Tôi hy vọng không.)
   a. *I hope the Nikzads aren't going back to Iran.*
   b. *I hope that the Nikzads aren't going back to Iran.*

B. Nối kết hai câu lại. Hãy theo thí dụ mẫu ở trên

1. I don't think Claire likes her job.
   I don't think *that* Claire likes her new job.
2. Miguel believes Americans watch too mutch T.V.
   Miguel believes *that* Americans watch too much T.V.

3. Can Michael win the contest? Joana think so.
4. Will Miguel marry Marta? Miguel's mother hopes not.
5. Does Miguel's mother worry about her son? I suppose so.
6. Are there many beautiful sights to see in Africa? I believe so.
7. Has Mrs. Farias returned to Brazil yet? I guess not .

IV. Omission of INFINITIVE PHRASES

A. Sometimes we can omit an infinitive phrase when it has already appeared earlier in the sentence

Examples: 1. They would liked *to go back to Colombia for a visit*, but they don't have the money. (...to go back to Colombia for a visit.)
2. I should *talk to him*, but I don't have the nerve. (...to talk to him)

3. Joana thinks Michael can win the contest.

Joana thinks *that* Michael can win the contest.

4. Miguel's mother hopes Miguel won't marry Marta

Miguel's mother hopes *that* Miguel won't marry Marta.

5. I suppose Miguel's mother worries about her son

I suppose *that* Miguel's mother worries about her son.

6. I believe there are many *beautiful sights* to see in Africa. (=cảnh đẹp)

I believe *that* there are many beautiful sights to. see in Africa.

7. I guess Mrs. Farias has not returned to Brazil yet

I guess *that* Mrs. Farias has not returned to Brazil yet.

IV. Bỏ INFINITIVE PHRASE (nhóm từ động từ nguyên mẫu)

A. Đôi khi chúng ta có thể bỏ một *infinitive phrase* khi nó đã xuất hiện ở phần đầu câu rồi.

Thí dụ: 1. They would like *to go back to Colombia for a visit* but they don't have the money (...to go back to Colombia for a visit.)

2. I should *talk to him*, but I don't *have the nerve*. (...to talk to him.) (có can đảm)

B. Combine each pair of sentences with *but*. Follow the example.

Example: They would like to go back to Colombia for a visit.

I don't think they have the money to go back to Colombia for a visit.

They would like to go back to Colombia for a visit, but I don't think they have the money.

1. I'd like to meet with you today.

   I don't have the time to meet with you today.

2. I'd like to make a big salad.

   I don't have the time to make a big salad.

3. Laura would love to be a teacher.

   I don't think she has the patience to be a teacher.

4. She wants her parents to pay her college tuition.

   They don't have the money to pay her college tuition.

5. She wants to play tennis with her husband.

   He doesn't have the energy to play tennis.

B. Kết hợp mỗi cặp câu lại với BUT. Theo thí dụ mẫu.

Thí dụ: They would like to go back to Colombia for a visit.
I don't think they have the money to go back to Colombia for a visit.

They would like to go back to Colombia for a visit but I don't think they have the money.

1. I'd like *to meet with* you today **but** I don't have the time.
   (Tôi muốn gặp anh hôm nay nhưng tôi không có thì giờ).
2. I'd like to make a big salad **but** I don't have the time.
3. Laura would love to be a teacher **but** I don't think she has the patience (tính kiên nhẫn).
4. She wants her parents to pay her *college tuition* (học phí đại học) **but** they don't have the money.
5. She wants to play tennis with her husband **but** he doesn't have *the energy* (= sức lực).

LESSON 2

A Note from Nora

Hi, kids,
It's Friday again, so I won't be home from work
until 9:15.

641   Dinner is in the refrigerator. Peggy, you can
642   heat up the stew and make the salad.₆₄₁ Suzy
643   you can set the table.₆₄₂ Billy and Jack, I want
      you to clear the table, wash the dishes, and put
      them away.₆₄₃

644   And you can get started on the weekly chores.₆₄₄
645/646 No chores, no allowance [1] ₆₄₅ Peggy, please scrub
      the bathroom.₆₄₆ It's filthy.
      Jack, you know how to use the vacuum cleaner.
      Would you please do the rugs and the floors?

647   And you, Billy, please clean up the mess in
648   the basement.₆₄₇ I don't know what you were
649   doing down there, but you left tools all over
649   the place.₆₄₈ And Suzy, you can help Billy sweep
      up.₆₄₉
      Dad will be home around 6:30. Why don't you
      have dinner ready by then ? O.K. kids?

650   Enjoy your dinner. Oh yes, for dessert, you can
      have the chocolate cake. But please leave a little
      piece for your hard-working mother₆₅₀

                                    Love ,

---

(1) *allowance* is money parents give to their children

PHẦN 2

Lá Thư ngắn do Nora viết

Chào các con.

Hôm nay lại thứ sáu nữa rồi, vì thế mãi đến 9g15 mẹ mới đi làm về.

Bữa cơm tối đã nấu xong và để trong tủ lạnh. Peggy, con có thể hâm nóng món thịt ra-gu và làm món rau trộn. Suzy, con có thể sửa soạn bàn ăn. Billy và Jack, mẹ muốn hai con dọn sạch bàn ăn, rửa chén dĩa và cất đi.

Và các con có thể bắt đầu làm những việc lặt vặt hằng tuần ở trong nhà. Không làm việc nhà thì mẹ không cho tiền đâu. Peggy, con hãy cọ nhà tắm. Nó dơ rồi.

Jack, con biết cách sử dụng máy hút bụi. Con hãy hút bụi các tấm thảm và sàn nhà nhé.

Còn con nữa, Billy. Con hãy dọn sạch mớ lộn xộn ở tầng dưới mặt đất, mẹ không biết con đã làm gì ở dưới đó, nhưng mẹ thấy con bày dụng cụ la liệt khắp nơi đó. Và Suzy, con hãy giúp Billy quét dọn sạch sẽ.

Ba sẽ về nhà vào khoảng 6g30 - Các con phải chuẩn bị xong bữa ăn tối trước lúc đó. Được chứ hả các con? Ăn ngon nhé ! À này, để tráng miệng, các con có thể ăn bánh sô-cô-la nhưng hãy chừa một miếng nhỏ cho người mẹ vất vả của các con.

Thương yêu,

Mẹ

Question about "A Note from Nora"

Fact:
The answer are *clear* in the story.

1. What time does Nora usually get home on Fridays?
2. Does Peggy have to make the stew or just heat it up?
3. Does Suzy have to make the salad?
4. Will the O'Neill children get their allowance if they don't do their chores?
5. Who has to vacuum the rugs?
6. Do the children have to do chores every week, or is this unusual?

Inference:
You can *guess the right answers* from the story.

1. Who made the stew?
2. Do the children enjoy doing the weekly chores?

Câu hỏi về bài "Lá thư ngắn do Nora viết"

Sự kiện:

Những trả lời *rõ ràng* **trong câu chuyện**

1. Nora usually gets home at 9:15 on Fridays.
2. Peggy just has to heat it up.
3. No, she doesn't. Peggy has to make the salad.
4. No, they won't. They won't get their allowance if they don't do their chores.
5. Jack has to vacuum the rugs.
6. They have to do the chores every week.

Suy diễn:

Bạn có thể *đoán câu trả lời cho đúng* **với nội dung**

1. Nora made the stew.
2. No, they don't. They don't enjoy doing the weekly chores.

3. Is *"You can get started on the weekly chores"*
   a suggestion or an order ?

4. Who has the easiest jobs ?

5. Do you think the bathroom is really "filthy", or is
   Nora exaggerating?

6. Is Bill going to help make dinner ?

To the Student :

There are *no wrong answers* to these questions.

1. Do children in your country do chores around the
   house ?

2. Do they get an allowance ?

3. What kind of jobs did you use to do to help your
   parents around the house ?

4. Do you think Nora gives her children chores
   because she needs help or because she's lazy ?

5. Do you think an allowance spoils a child, or does
   it teach him/her responsibility ?

6. How much money should you give a ten–year old
   for a weekly allowance ?

3. *"You can get started on the weekly chores"* is an order.

4. Suzy has the easiest job.

5. Nora is exaggerating.

6. No, he isn't. He isn't going to help make dinner.

Học viên lưu ý:

Những câu sau đây *không có câu trả lời sai*

1. Yes, they do. They do chores around the house.

2. Few of them get an allowance.

3. I used to help my parents clean the floors, wash the dishes, wash the clothes, set the tables, clear the table.

4. Nora gives her children chores because she needs help.

5. I think an allowance spoils a child. The child then won't be willing to do chores for nothing.

6. We should give a ten-year-old 100 dong for a weekly allowance. 100 dong is enough for him to buy ice-cream, some candy, or to go to the movies.

I. VOCABULARY

A. This is a multiple choice exercise on vocabulary. Only one answer is correct.

Example : "Peggy, please *heat up* the stew" means:

  a. Make the stew on top of the stove.

  b. Make the top part of the stew warm.

  c. Prepare the stew. It is already made.

The correct answer is " C "

B. Choose the right answer.

1. "Suzy, you can *set the table*" means:
  a. Put the table on the floor.
  b. Put the dishes on the table for dinner.
  c. Sit at the table for dinner.

2. "Sally and Jack, I want you to *clear the table*" means:
  a. Take the dirty dishes off the table after dinner..
  b. Don't sit at the table for dinner.

I. TỪ VỰNG

A. *Dây là bài tập chọn lựa về từ vựng. Chỉ có một câu trả lời đúng.*

Thí dụ : " Peggy, please *heat up* the stew" có nghĩa là :

  a. Make the stew on top of the stove.

  b. Make the top part of the stew warm.

  c. Prepare the stew. It is already made.

● *Câu trả lời đúng là "C".*

B. *Hãy chọn câu trả lời đúng.*

1. "Suzy, you can set *the table*" có nghĩa là:

  a. Put the table on the floor. (Đặt bàn trên sàn nhà)

  b. Put the dishes on the table for dinner. (Dọn chén dĩa lên bàn để ăn tối).

  c. Sit at the table for dinner. (ngồi vào bàn để ăn tối).

● *Câu B đúng.*

2. "Sally and Jack, I want you to *clear the table*" có nghĩa là:

a. Take the dirty dishes off the table after dinner. (Sau bữa ăn tối hãy dọn chén dĩa dơ khỏi bàn ăn).

b. Don't sit at the table for dinner. (Đừng ngồi vào bàn vào bữa ăn tối.)

c. The table has a glass top, and they have to clean it.

3. *"No chores, no allowance"* means:

   a. You are not allowed to do any chores around the house.

   b. You must do your jobs, or you cannot have any allowance.

   c. These are not difficult jobs, so you will not get any allowance.

4. "Billy, please *clean up* the mess in the basement" means:

   a. Billy has to clean the ceiling in the basement because it's a mess.

   b. The basement is disorderly and dirty. Billy has to make it orderly and clean.

   c. Billy has to clean the top part of the mess, and Suzy the bottom.

c. The table has a glass top, and they have to clean it.

(Phần mặt bàn làm bằng thủy tinh và chúng nó phải lau bàn).

● *Câu A đúng*

3. " *No chores, no allowance* " có nghĩa là :

a. You are not allowed to do any chores around the house.

(Các con không được phép làm việc lặt vặt ở trong nhà).

b. You must do your jobs, or you cannot have any allowance.

(Các con phải làm công việc của các con, nếu không các con không được cho tiền).

c. These are not difficult jobs, so you will not get any allowance.

(Những việc này không khó, vì thế các con không được tí tiền nào hết).

● *Câu B đúng*

4. "Billy, please *clean up* the mess in the basement" có nghĩa là:

a. Billy has to clean the ceiling in the basement because it's a mess. (Billy phải dọn sạch trần của tầng dưới mặt đất vì nó bừa bãi quá.)

b. The basement is disorderly and dirty. Billy has to make it orderly and clean. (Tầng hầm bừa bãi và dơ Billy phải dọn lại cho có thứ tự và lau sạch)

c. Billy has to clean the top part of the mess, and Suzy the bottom.(Billy phải dọn dẹp đống bừa bãi phía trên, và Suzy dọn đống bừa bãi phía dưới).

● *Câu B đúng*

5. "Suzy, you can help Billy "*sweep up*" means:

   a. Suzy has to help clean up the floor with a broom.

   b. Suzy has to help Billy sweep the ceiling with a broom.

   c. Suzy has to help Billy sweep the top part of the walls.

6. "Jack, would you please *do* the rugs" and the floors means:

   a. Jack has to make the rugs for the floor.

   b. Jack has to make the rugs and repair the floor.

   c. Jack has to clean the rugs and the floor.

7. "You left tools *all over the place*" means:

   a. Billy left all the tools on the ceiling.

   b. Billy left tools everywhere.

   c. Billy put all the tools on the lefthand side of the wall.

5. "Suzy, you can help Billy *sweep up*" có nghĩa là :

a. Suzy has to help clean up the floor with a broom
(Suzy phải giúp dọn sạch sàn nhà với một cây chổi.)

b. Suzy has to help Billy sweep up the ceiling.
(Suzy phải giúp Billy quét kỹ trần nhà.)

c. Suzy has to help Billy sweep the top part of the walls.
(Suzy phải giúp Billy quét phần trên của những bức tường).

● *Câu a đúng.*

6. "Jack, would you please *do* the rugs and the floors" có nghĩa là:

a. Jack has to make the rugs for the floor.
(Jack phải làm những tấm thảm cho sàn nhà.)

b. Jack has to make the rugs and repair the floor.
(Jack phải làm những tấm thảm và sửa sàn nhà).

c. Jack has to clean the rugs and the floor.
(Jack phải làm sạch mấy tấm thảm và sàn nhà).

● *Câu c đúng*

7 " You left tools *all over the place*" có nghĩa là:

a. Billy left all the tools on the ceiling.
(Billy để tất cả dụng cụ trên trần nhà)

b. Billy left tools everywhere.
(Billy để dụng cụ khắp nơi)

c. Billy put all the tools on the left – hand side of the wall.
(Billy để tất cả dụng cụ ở phía bên trái bức tường.)

● *Câu b đúng.*

II. MORE HYPHENATED MODIFIERS

A. Look at the example below. In the first sentence, you see the verb *work* and the adverb *hard*. In the second sentence, we use forms of *work* and *hard* as one adjective, *hard-working*..

Example : 1. Your mother **works hard.**

2. Save a piece of cake for your *hard-working* mother.

B.Complete the sentences.Follow the example above.

1. The hamburgers at that restaurant **taste good.**
   That restaurant makes ———————— hamburgers.
2. We're in business to **make money.**
   This is a ———————— business.
3. Is there anyone at the bank who **speaks Spanish?**
   Is there a ———————— person at the bank?
4. Now *there's* a man who **looks good** !
   He's a ———————— man.
5. She **loves fun.**
   She's a ———————— person.
6. That politician is always **smoking cigars.**
   I don't like ———————— politicians.
7. Sometimes doctors seem to **know all.**
   Are doctors really ———————— ?
8. This city is **growing fast.**
   We live in a ———————— city.
9. Those roses **smell sweet.**
   Give me a dozen of those ———————— roses.
10. The world **changes fast.**
    It's really a ———————— world.

II. THÊM MỘT SỐ TIẾNG BỔ NGHĨA KÉP, CÓ GẠCH NỐI Ở GIỮA

A. Hãy xem thí dụ dưới đây. Trong câu đầu, bạn thấy động từ *work* và trạng từ *hard*. Trong câu thứ hai, chúng ta dùng *work* và *hard* dưới hình thức tĩnh từ, *hard-working*.

Thí dụ : 1. Your mother **works hard**.
　　　　　2. Save a piece of cake for your **hard-working** mother.

B. Complete the sentences. Follow the example above.
(Làm trọn nghĩa các câu sau đây. Theo thí dụ kể trên).

1. That restaurant makes **good-tasting** hamburgers.
(Nhà hàng đó làm bánh mì kẹp bít tết băm rất ngon).

2. This is a **money-making** business.
(Đây là công việc kiếm ra tiền).

3. Is there a **Spanish-speaking** person at the bank?
(Tại ngân hàng có người nào nói tiếng Tây Ban Nha không?).

4. He's a **good-looking** man.
(Ông ta là người mặt mũi đẹp đẽ).

5. She is a **fun-loving** person.
(Cô ta là người vui tính, thích vui đùa).

6. I don't like **cigar-smoking** politicians.
(Tôi không thích những chính trị gia hút xì-gà).

7. Are doctors really **all-knowing** ?
(Có phải bác sĩ thực sự biết hết mọi thứ không?).

8. We live in a **fast-growing** city.
(Chúng tôi sống trong một thành phố phát triển nhanh).

9. Give me a dozen of those **sweet-smelling** roses.
(Cho tôi một tá hoa hồng thơm đó).

10. It's really a **fast-changing** world.
(Đó thực sự là một thế giới đang thay đổi nhanh chóng).

LESSON 3

THE WORLD'S FAIR NEWSLETTER
Volume 1 No.5

Published by THE WORLD'S FAIR CORPORATION
and THE G. W. GRAWFORD AGENCY, INC.

THE SPACE BUILDING OPENS by Henry Leeds

651   Yesterday was the opening of the Space
       Building here at the World's Fair.$_{651}$ Many
652   famous scientists, architects. and diplomats were
       present. There was something for everybody.
653   *Messrs.* Wood, Glass, and Stone, who are the
       architects of the building, attended the
       ceremonies.$_{653}$The building,which looks like a
654   big glass cube, is as modern as its exhibitions.$_{654}$
655   A large crowd listened to the many speeches of
       the diplomats.$_{655}$ Among the listeners was a
656–657 little boy.$_{656}$ He was about seven years old, had
       curly black hair and big brown eyes,and was
       eating an ice cream sandwich.$_{657}$ "Are you
658–659 enjoying the speeches?" I asked.$_{658}$ "No", he
       said,"they're boring" .$_{659}$"Then why are you here?,"
       "Because it's not as boring as home".
660   There you have it.$_{660}$ Another day at the Fair.

PHẦN 3

TỜ NỘI SAN HỘI CHỢ THẾ GIỚI
Tập 1 – Số 5

Do Công ty Hội chợ Thế Giới
và tổ hợp thương mại The G.W. Crawford xuất bản.

LỄ KHAI MẠC TÒA NHÀ KHÔNG GIAN Henry Leeds viết.

Hôm qua là buổi lễ khai mạc của Tòa nhà không gian ở đây, tại Hội Chợ Thế Giới – nhiều nhà khoa học, kiến trúc sư và các nhà ngoại giao nổi tiếng đều hiện diện. Có cái gì đó cho tất cả mọi người.
Qui ông Wood, Glass và Stone là những kiến trúc sư xây tòa nhà, đều tham dự buổi lễ. Tòa nhà trông giống như một hình khối vuông lớn bằng thủy tinh thì cũng hiện đại như là các cuộc triển lãm bên trong tòa nhà.
Một đám đông thật đông lắng nghe các bài diễn văn của các nhà ngoại giao. Trong số các thí h giả là một cậu bé trai. Cậu ta độ bảy tuổi, tóc đen quăn lọn, mắt nâu to, lúc đó đang ăn bánh sandwich kem. Tôi hỏi "Em có thích các bài diễn văn không?". Cậu ta nói "Không. Các bài diễn văn chán ngấy". "Nhưng tại sao em lại đến đây? "Bởi vì ở đây không chán như ở nhà".
Mọi thứ ở đây như vậy đó.[1] Lại một ngày nữa tại Hội Chợ.

---

(1) Từ "it" cũng có thể hiểu là "another day" (một ngày nữa). Đây là lối dùng từ chủ ý theo văn nói để người đọc có thể hiểu theo nhiều nghĩa.

Questions about "The Space Building Opens"

Fact:

The answers are *clear* in the story.

1. Has the Space Building been open for a long time, or did it open just recently ?
2. What kind of people were at the ceremonies ?
3. Were the architects of the building there ?
4. Is the building square or round ?
5. Were there any children at the ceremonies ?
6. What was the little boy doing during the speeches?

Inference :

You can *guess the right answers* from the story.

1. Did the Space Building open before or after this newsletter was published ?
2. Why were many famous people present ?
3. Do the exhibitions and the building have anything in common ?
4. Were the speeches short or long ?
5. Did the little boy want to go home ?
6. [1]Who do you think the little boy was?

---

(1) If you haven't read the other book in New English 900 ,you may not be able to answer this question. Ask a classmate

Câu hỏi về bài
" Lễ Khai Mạc Tòa Nhà Không Gian "

Sự kiện :
Câu trả lời có sẵn trong sách.

1. The Space Building just opened recently.
2. Famous scientists , architects and diplomats were at the ceremony.
3. Yes, the architects of the building were there.
4. The building is square.
5. Yes, there was a seven–year–old boy at the ceremonies.
6. The little boy was eating an ice–cream sandwich during the speeches.

Suy diễn :
Bạn có thể đoán để trả lời cho đúng nội dung.

1. The space building opened before this newsletter was published ?
2. Many famous people were present because they had been invited to attend the opening ceremonies.
3. Yes, the exhibitions and the building have one thing in common both of them are modern.
4. The speeches were long.
5. No, the little boy didn't want to go home.
6. The little boy was Ali.

To the Student:

There are *no wrong answers* **to these questions.**

1. Do you prefer modern or old buildings ?
2. What's your favorite building in your town or city ?
3. Do you think "opening ceremonies" are important ?Why or why not ?
4. Have you ever made a speech at a big ceremony ? Were you nervous ?
5. The Space Building contains exhibitions on travel in outer space. Would you like to travel in outer space ?
6. Would you rather stay on Earth, or be one of the first people to live on another planet ?

Học viên lưu ý:

Những câu hỏi sau đây không có câu trả lời sai.

1. I prefer modern buildings.

2. My favorite building in my city is the Friend ship House on Le Duân Boulevard.

3. I think "opening ceremonies" are important because we can get a lot of good information from them.

4. Yes, I have. I made a speech at the New—school year ceremony as the representative of the school children in my school when I was a school boy. Of course I was nervous because it was my first speech in public.

5. Yes, I would. I would like to travel in outer space to get special excitement and experience there.

6. I would rather stay on Earth because I have relatives and friends here.

I. INVERTED WORD ORDER

A. Sometimes we invert, or change around, the order of the words in a sentence. This puts more emphasis on the first item, or it sometimes gives the sentence a literary or poetic tone.

Example : Among the listeners was a little boy. The usual word order is *A little boy was* among the listeners.

B. Rewrite the following sentences. Change them to the usual word order.

1. Near the garden there was a pool.
2. Up the stairs ran the frightened child.
3. Away they drove.
4. From the room came shouts of laughter.
5. At the top of the hill stands an old wooden house.
6. Of all the seasons I love autumm the most.
7. Here lies the unknown soldier.
8. On this road there are three restaurants.
9. On the top shelf are our schoolbooks.
10. To the victor belong the spoils.

I. THỨ TỰ TỪ TRONG CÂU BỊ ĐẢO LỘN-ĐẢO NGỮ

A. Đôi khi chúng ta đảo ngược thứ tự các từ trong một câu. Làm như vậy là ta nhấn mạnh yếu tố đầu tiên trong câu, hay là đôi khi làm cho câu có giọng điệu *thơ văn* hoặc giọng điệu *thi ca*.

Thí dụ : Among the listeners was *a little* boy.

(Trong câu nầy có đảo ngữ, tức động từ *was* đứng trước chủ từ là *a little* boy).

Thứ tự bình thường của câu này là:

A little boy was among the listeners.

B. Viết lại những câu sau đây. Đổi những câu đó theo thứ tự bình thường.

1. There was a pool *near the garden*.

2. The frightened child ran *up the stairs*.

3. They drove *away*.

4. Shouts of laughter came *from the room*.

5. An old wooden house stands *at the top of the hill*.

6. I love autumn the most *of all the seasons*.

7. The unknown soldier lies *here*.

(Người chiến sĩ vô danh yên nghỉ ở đây).

8. There are three restaurants *on this road*.

9. Our school books are *on the top shelf*.

(Những sách giáo khoa ở kệ trên cùng).

10. The spoils belong *to the victor*.

(Chiến lợi phẩm thuộc về kẻ chiến thắng.)

II. RESTRICTIVE and NON-RESTRECTIVE CLAUSES

A. Look at these two sentences. They have different meanings.

1. *The building, which looks like a cube, is modern.*
   means " The building is modern and looks like a cube."
   When you are speaking, pause at each comma.

2. The *building which looks like a cube is modern.*
   means " Of all those buildings over there, only the cube–shaped building is modern."
   When you are speaking, there is a little pause after "cube".

II. MỆNH ĐỀ HẠN CHẾ NGHĨA VÀ MỆNH ĐỀ KHÔNG HẠN CHẾ NGHĨA

A. Hãy xem hai câu sau đây. Chúng nó có nghĩa khác nhau.

1. *The building, which looks like a cube, is modern.*

– Câu nầy có nghĩa là: "The building is modern and looks like a cube." (Tòa cao ốc thì hiện đại và nó trông giống như một hình khối vuông).

– Không có tiếng nào hạn chế nghĩa của từ *building*. Trước và sau *mệnh đề tính từ* (adjective clause) đều có dấu phẩy. Khi nói, ta dừng lại ở mỗi dấu phẩy.

2. *The building which looks like a cube is modern.*

– Câu nầy có nghĩa là :"Of all those buildings over there, only the cube–shaped building is modern."

(Trong số những tòa nhà ở tuốt đàng kia, chỉ có tòa nhà có hình khối vuông là hiện đại).

– Tiền từ (antecedent) *building* bị hạn chế nghĩa bởi *adjective clause* là *which looks like a cube* . Tòa cao ốc nào ? – Tòa cao ốc mà trông giống hình khối vuông đó mà.

– Khi nói, ta dừng lại một chút sau "cube".

B. Choose the correct meaning for the following
   sentences. Circle the letter.

1. Messrs. Wood, Glass, and Stone, who were the
   architects, attended the ceremonies.
   a. Wood, Glass, and Stone were the architects and
      they attended.
   b. The only architects at the ceremonies were
      Wood, Glass, And Stone.

2. The architects who attended the ceremonies were
   Wood, Glass, and Stone.
   a. Wood, Glass, and Stone were the architects and
      they attended.
   b. The only architects at the ceremonies were
      Wood, Glass, and Stone.

3. The little boy, who was eating ice-cream, spoke
   to the reporter.
   a. The little boy was eating ice-cream and he
      spoke to the reporter.
   b. The little boy with the ice-cream spoke to the
      reporter, not the other little boys. What does
      this mean ?

4. The reporter who worked for the Crawford
   Agency spoke to the little boy.
   a. The reporter worked for the Crawford Agency
      and he spoke to the little boy.
   b. The Crawford Agency's reporter spoke to the
      boy, not the *Evening Sun* reporter.

B. Chọn nghĩa đúng cho các câu sau đây. Khoanh tròn chữ đúng (a,b...)

(Xin hãy xem những câu có mệnh đề hạn chế nghĩa, và không hạn chế nghĩa, và những câu lựa chọn ở trang bên cạnh.)

1. Câu *a* đúng.
2. Câu *b* đúng.
3. Câu *a* đúng.
4. Câu *b* đúng.

5. The work, which Bill actually enjoys, is very dangerous.

   a. Bill really enjoys the work, but it is very dangerous.

   b. Bill really enjoys very dangerous work.

6. The pictures which Pedro enjoys taking are of women.

   a. Pedro enjoyed taking the pictures, and they are of women.

   b. Pedro enjoyed taking pictures of women, not the pictures of buildings.

5. Câu *a* đúng.

6. Câu *b* đúng.

– Giảng nghĩa câu 6

"The pictures which Pedro enjoys taking are of women."

(Những bức ảnh mà Pedro thích chụp là ảnh phụ nữ)

– Câu 6b

"Pedro enjoyed taking pictures of women, not the pictures of buildings."

(Pedro thích chụp ảnh các phụ nữ, chứ không thích chụp ảnh các tòa cao ốc)

7. The child, whose name was Ali, talked to the reporter.

    a. The child's name was Ali, and he talked to the reporter.

    b. Ali talked to the reporter, not some other child.

8. The child who talked to the reporter was Ali.

    a. The child's name was Ali and he talked to the reporter.

    b. Ali talked to the reporter, not some other child.

7. Câu *a* đúng.

– The child, whose name was Ali, talked to the reporter.

(Đứa bé mà tên của nó là Ali, nói chuyện với người ký giả)

Câu 7a

– The child's name was Ali, and he talked to the reporter.

(Tên đứa bé là Ali, và nó nói chuyện với người ký giả)

8. Câu *b* đúng.

– The child who talked to the reporter was Ali.

(Đứa bé nói chuyện với người ký giả là Ali)

Câu 8b

– Ali talked to the reporter, not some other child.

(Ali nói chuyện với ký giả, chứ không phải đứa bé nào khác).

UNIT 38
You're Invited to a Party

LESSON 1

ALI	:	Mommy. I'm going to be seven soon, right?
MRS. NIKZAD	:	Yes, July 17.
ALI	:	What day is that?
661 MRS. NIKZAD	:	It's a Monday.
ALI	:	May I have a birthday party?
662 MRS. NIKZAD	:	I'm sure you can. However, we'll have to talk to your father. 662
663 ALI 664	:	I'll be good. I promise. I'll do whatever he says. 663 I'll be so good that he won't know I'm here. 664 Can we call him?

BÀI 38
Bạn được mời đi dự Tiệc

PHẦN 1

ALI	: Mẹ ơi, chẳng bao lâu nữa con sẽ lên bảy, có đúng không mẹ ?
MRS. NIKZAD	: Phải rồi, ngày 17 tháng 7.
ALI	: Bữa đó là thứ mấy vậy mẹ ?
MRS. NIKZAD	: Bữa đó vào một ngày thứ hai.
ALI	: Con có được phép tổ chức một buổi tiệc sinh nhật không vậy mẹ ?
MRS. NIKZAD	: Mẹ chắc rằng con được phép tổ chức[1]. Tuy nhiên, chúng ta phải nói với ba con đã.
ALI	: Con sẽ ngoan. Con hứa là con sẽ làm bất cứ điều gì mà Ba bảo con làm. Con sẽ ngoan cho đến độ mà Ba sẽ nghĩ rằng con không có mặt ở đây. Chúng ta có thể gọi điện thoại cho Ba không mẹ ?

(1) Ngoài MAY, CAN cũng được dùng để chỉ sự được phép.

665 MRS. NIKZAD   : No. He'll be home any minute, Ali..
                      It can wait till then, I'm sure.₆₆₅
                      We've never had a big party in
                      this apartment. I wonder...

ALI   : Oh, I don't want the party here!

MRS. NIKZAD   : No? Where do you want it ?

666 ALI   : At the Ice Cream Parlor. You know
                      the one that has 101 flavors. ₆₆₆

667 MRS. NIKZAD   : The Ice Cream Parlor? Do you mean
                      the one which is near your father's
                      bank at the Fair ? ₆₆₇

668 ALI   : Yes, that's the one. Jimmy's birthday
                      party was there, and the party that
                      he had was great. ₆₆₈

MRS. NIKZAD	: Không. Ba sẽ về nhà ngay bây giờ mà, Ali. Việc ấy có thể hoãn đến lúc đó, mẹ chắc như vậy. Chúng ta chưa bao giờ tổ chức một buổi tiệc nào trong căn hộ chung cư này. Mẹ tự hỏi...
ALI	: Ồ, con không muốn tổ chức tiệc ở đây.
MRS. NIKZAD	: Không à? Vậy con muốn tổ chức ở đâu ?
ALI	: Tại tiệm kem. Mẹ có biết cái tiệm kem mà nó có 101 vị kem khác nhau ấy mà.
MRS. NIKZAD	: Tiệm kem à ? Có phải con muốn nói cái tiệm kem gần ngân hàng của Ba con trong Hội Chợ đó không ?
ALI	: Dạ phải. Cái tiệm đó đó mẹ . Tiệc sinh nhật của Jimmy cũng tổ chức ở đó, và tiệc sinh nhật của nó tuyệt lắm.

GRAMMATICAL PREVIEW

Relative pronouns with things

A.

I've been to the ice cream parlor.
It has 101 flavors.

Which

: *I've been to the ice cream parlor which has 101 flavors.*

That

: I've been to the ice cream parlor *that* has 101 flavors.

B.

I've been to the ice cream parlor.
Ali loves *it*.

Which

: I've been to the ice cream parlor *which* Ali loves.

That

: I've been to the ice cream parlor *that* Ali loves.

: I've been to the ice cream parlor Ali loves.

ÔN TRƯỚC NGỮ PHÁP

Liên hệ đại từ chỉ đồ vật

A.   I've been to the ice cream parlor.

It has 101 flavors.

Which : I've been to the ice cream parlor
which has 101 flavors.

That : I've been to the ice cream parlor
that has 101 flavors.

(Tôi đã đi đến tiệm kem mà nó có
101 vị.)

B.   I've been to the ice cream parlor.

Ali loves *it*.

Which : I've been to the ice cream parlor
which Ali loves.

That : I've been to the ice cream parlor
that ALi loves.

Không có : I've been to the ice cream parlor
Rel. pron.   Ali loves.

(Tôi đến tiệm kem mà Ali thích)

C.   I've been to the opera. Mr. Leeds
                         wrote the article *about it*.

Which with   :   [1]*I've been to the opera which*
Preposition   Mr. Leeds wrote the article
                     about.

                     I've been to the opera *about*
                     which Mr. Leeds wrote the
                     article.

That   :   I've been to the opera *that*
                    Mr. Leeds wrote the article
                    about.

---

(1) In SPOKEN English, most people leave the preposition at the end of the sentence.

C. I've been to the opera. Mr. Leeds wrote the article *about it.*

Which dùng
với giới từ   :   *I've been to the opera which* Mr. Leeds wrote the article *about.*

I've been to the opera *about which* Mr. Leeds wrote the article.

That   :   I've been to the opera *that* Mr. Leeds wrote the article *about.*[1]

(Tôi đã đi xem vở ôpêra (nhạc kịch) mà ông Leeds đã viết một bài báo về nó)

---

(1) Khi dùng *which* thì giới từ có thể đứng trước *which* hoặc đứng ở cuối câu. Khi dùng *that* thì giới từ chỉ đứng ở cuối câu mà thôi. Ta không thể viết "I've been to the opera *about that* Mr. Leeds wrote article.", vì *that* không được dùng *sau* giới từ.

Trong tiếng Anh nói (Spoken English) ,người Anh thường đặt giới từ ở cuối câu.

SUBSTITUTION DRILLS

1. I want a party at the ice cream parlor **that** has 101 flavors.

                                   which

2. You know , the one **that has 101 flavors.**
            which makes great banana
                         splits.
            gives free samples.
            stays open until 10:00.
            is always very crowded.

3. Do you mean the one **which is near Mr. Nikzad's bank** ?
            that on the left side of the
                 statue ?
            in the middle of the plaza ?
            at the Fair ?

BÀI LUYỆN NGỮ THAY THẾ

1. Con muốn tổ chức một buổi tiệc tại tiệm kem

mà nó có 101 vị.

mà nó

2. Mẹ biết cái tiệm **mà nó có 101 vị kem đó mà,**

làm kem chuối đậu phộng[1]

tuyệt diệu đó mà.

cho không loại hàng làm

mẫu đó mà.

mở cửa đến 10 giờ đêm đó mà[2]

lúc nào cũng đông nghẹt đó mà.

3. Có phải anh muốn nói cái cửa tiệm

gần ngân hàng của ông Nikzad không ?

ở bên trái của bức tượng không ?

ở giữa công trường không ?

tại Hội chợ không ?[3]

---

[1] banana splits: a confection made of a split banana or other fruit with ice–cream, nuts, sauces, whipped cream, etc (một loại kem gồm trái chuối bỏ đông hay trái cây khác với kem, đậu phộng, hạt dẻ, sốt săng titi v.v...

[2] *Adjective* theo sau các động từ *stay* (vẫn còn), *remain* (vẫn còn), *become* (trở nên), *grow* (trở nên), *go* (trở nên), *look* (có vẻ), *smell* (có mùi), *taste* (có vị), *feel* (được rờ tới thì thấy).

[3] Trong câu 3, *which is near Mr. Nikzad's bank* là *adjective clause.* Trong câu 4 *near Mr. Nikzad's bank* là *adjective phrase.*

4. Do you mean the one **near Mr. Nikzad's bank ?**
                              on the left side of the statue ?
                              in the middle of the plaza ?
                              at the Fair ?

5. The party **that Jimmy had**   was great.
          which we went to
               you gave
               Ali dreamed of

6. The party **Jimmy had**   was great.
          we went to
          you gave
          Ali dreamed of

7. I'll be so **good**   that he won't know I'm
   here.
               polite
               well–behaved
               well–mannered
               quiet

4. Có phải anh muốn ám chỉ cái cửa tiệm

gần ngân hàng của ông Nikzad không ?

ở bên trái của bức tượng không ?

ở giữa công trường không ?

tại Hội chợ không ?

5. Bữa tiệc mà **Jimmy** tổ chức   thì tuyệt.

    chúng ta đi dự

    anh thết đãi

    Ali mơ tưởng tới

6. Bữa tiệc mà **Jimmy** tổ chức   thì tuyệt.

    chúng ta đi dự

    anh thết đãi

    Ali mơ tưởng tới

7. Con sẽ **ngoan**   cho đến nỗi mà Ba sẽ không

                      biết rằng con có mặt ở đây.

    lễ độ

    cư xử đàng hoàng

    có tác phong tốt

    yên lặng

8. I'll be so good **he won't know I'm here.**

he'll let me have a party.

he'll think I'm Hussein.

9. What day is my birthday ?

—It's **a Monday.**

a Friday.

a weekday.

a workday.

the first Monday in June.

the last Saturday in January.

10. It's all right with me.

However , we'll have to talk to your **father**

Nevertheless,

Still,

Just the same,

8. Con sẽ ngoan cho đến nổi
   mà Ba sẽ không biết con có mặt ở đây.
        sẽ để con tổ chức một buổi tiệc.
        sẽ nghĩ rằng con là Hussein.

9. Sinh nhật con vào bữa thứ mấy ?
   – Vào bữa thứ hai.
        bữa thứ sáu.
        ngày phải đi làm việc trong tuần.
        ngày phải đi làm việc.
        ngày Thứ Hai đầu tiên của tháng Sáu.
        ngày Thứ Bảy cuối cùng của tháng Giêng.

10. Chuyện ấy đối với mẹ thì được rồi.
        Tuy nhiên, chúng ta cần thảo luận với cha
                                         của con.
        Dù sao đi nữa,
        Tuy vậy,
        Cũng vậy.[1]

---

(1) Just the same = all the same = cũng vậy, nevertheless = In spite of that = Dù
sao đi nữa, yet = still = tuy vậy. However = tuy nhiên.

11. It **can wait**   **till**   then.
   will keep until

12. I'll   do   **whatever he says.**
          leave   *when*ever I can get away.
          invite *whom*ever you want.
          drop her off *where*ever she likes.
      finish the work *how*ever I can.
          drive   *who*ever needs a ride.
          wear   *which*ever dress looks best.

CONNECTED DRILL

I'll **play** so **quietly** that he won't **know I'm here.**
   run   quickly   be able to catch me.
   write   often   miss me.
   study   hard   believe it's me.

11. Việc ấy có thể hoãn đến lúc đó.

    sẽ được hoãn.

12. Con sẽ làm *bất cứ điều gì* Ba bảo con làm.

    đi *bất cứ lúc nào* con có thể đi.

    mời *bất cứ ai*   mà mẹ muốn.

    thả cô ta xuống *bất cứ chỗ nào* cô ta thích.

    làm xong công việc bằng *bất cứ cách nào*

            con có thể làm được.

    lái xe đưa đi *bất cứ ai* cần đi nhờ xe.

    mặc *bất cứ cái áo dài nào* trông đẹp nhất

BÀI LUYỆN NGỮ CHUYỂN TIẾP

Con sẽ chơi thật là yên lặng cho đến nỗi mà Ba sẽ

          không biết con có mặt

              ở đây.

    chạy   nhanh không thể đuổi kịp con.

    viết thư thường không nhớ con.

    học   chăm chỉ không tin rằng đó là con.

EXERCISES

1. Make three statements, the first with "which", the second with "that", and the third without either one.

> **Example** : That's **the cake** . Joana bought **it** .
> 1. *That's the cake which Joana bought.*
> 2. *That's the cake that Joana bought* .
> 3. *That's the cake Joana bought.*

a. Hussein lost **the gloves**. His grandmother gave **them** to him.

b. Michael is painting **a picture**. He's going to enter **it** in the Young Artists' Competition.

c. Those are **the presents**. Ali got **them** for his birthday.

d. I am returning **the book**. You lent **it** to me.

e. Did you hear about **the job** ? Laura wants to get **it.**

BÀI TẬP

1. Làm ba câu, câu thứ nhất với **which**, câu thứ hai với **that**, câu thứ ba không có tiếng nào trong hai tiếng đó cả.

   Thí dụ : That's the cake . Joana bought it .
   1. That's the cake **which** *Joana bought.*
   2. That's the cake **that** Joana bought.
   3. That's the cake Joana bought.

   a. Hussein lost the gloves **which** his grandmother gave him.
   Hussein lost the gloves **that** his grandmother gave him.
   Hussein lost the gloves his grandmother gave him.

   b. Michael is painting a picture **which** he's going to enter in the Young Artists' Competition.
   Michael is painting a picture **that** he's going to enter in the Young Artists' Competition .
   Michael is painting a picture he's going to enter in the Young Artists' Competition.

   c. Those are the presents **which** Ali got for his birthday.
   Those are the presents **that** Ali got for his birthday.
   Those are the presents Ali got for his birthday.

   d. I am returning the book **which** you lent me.
   I am returning the book **that** you lent me.
   I am returning the book you lent me.

   e. Did you hear about the job **which** Laura wants to get?
   Did you hear about the job **that** Laura wants to get ?
   Did you hear about the job Laura wants to get ?

2. Make two statements. The first with "which" and the second with "that".

    Example : I know **a market** . (it sells fruit and vegetables)

        1. *I know a market which sells great fruit and vegetables* .

        2. *I know a market that sells great fruit and vegetables* .

    a. Ali broke the vases. (they stood on the dresser)

    b. Michael bought Joana a bottle of perfume (it cost twenty dollars)

    c. I've read about some planes. (they can go faster than the speed of sound)

    d. The dentist pulled a tooth. (it was giving Mr. Yamamoto a lot of trouble)

    e. I just found a great store. (it sells expensive clothes at low prices)

    f. Did you hear about the new exhibit? (it just opened at the Fair)

2. Làm hai câu. Câu thứ nhất với **which** , câu thứ
hai với **that** .

   Thí dụ : I know **a market**. (it sells fruit and
   vegetables).

      1. I know a market **which** sells great fruit
   and vegetables.

      2. I know a market **that** sells great fruit and
   vegetables.

a. Ali broke the vases **which** stood on *the dresser.*

                    (tủ com—một hay tủ buffet)

Ali broke the vases **that** stood on the dresser.

b. Michael bought Joana a bottle of perfume **which**
   cost twenty dollars.

Michael bought Joana a bottle of perfume **that**
cost twenty dollars.

c. I've read about some planes **which** can go faster
   than *the speed of sound.* (tốc độ âm thanh)

I've read about some planes **that** can go faster
than the speed of sound.

d. The dentist pulled a tooth **which** was giving Mr.
   Yamamoto a lot of trouble.

The dentist pulled a tooth **that** was giving Mr.
Yamamoto a lot of trouble.

e. I just found a great store **which** sells expensive
   clothes at low prices.

I just found a great store **that** sells expensive
clothes at low prices.

f. Did you hear about the new exhibit **which** just

opened at the Fair ?

Did you hear about the new exhibit **that** just
opened at the Fair ?

3. Join each pair of sentences. Begin the new sentence with "the". Follow the example.

Example: Jimmy had **a party**. It was great.
The party Jimmy had was great.

a. I was telling you about **an ice cream parlor.** It sells thirty–one flavors.

b. Pedro used to have **a camera.** It was easy to use.

c. Paulo made **dinner.** It was delicious.

d. Laura went to **an employment agency.** It is in the International Bank.

e. You ordered **some supplies.** They haven't arrived yet.

3. **Kết hợp mỗi cặp câu sau đây. Bắt đầu câu mới với the.** Làm theo thí dụ sau đây :

Thí dụ : Jimmy had **a party.** It was great.

The party Jimmy had was great.

(Cái buổi tiệc mà Jimmy tổ chức thì tuyệt.)

(Trong câu này *Relative pronoun* làm object cho *had* nên ta có thể bỏ)

a. *The ice cream parlor* I was telling you about *sells thirty-one flavors*.

b. *The camera* Pedro used to have *was easy to use*

c. *The dinner* Paulo made *was delicious*.

d. *The employment agency*[1] Laura went to *is in the International Bank*.

e. *The supplies*[2] you ordered *haven't arrived yet*.

---

[1] Employment agency: Sở tìm việc làm.
[2] Supplies(n): trong bài này có nghĩa là văn phòng phẩm (=office-supplies)

4. Re−write the following sentences with "who" or "which" instead of "that".

Example : It's nice to have someone that believes in you.

It's nice to have someone who believes in you.

a. The artist that wins will get a grant.

b. I haven't got any paintings that could win.

c. The painting that the judges pick will be spectacular.

d. It's nice to have a judge that knows you.

e. I'll have to do something that is totally new.

f. The packages that came this morning are for Paulo.

g. The bus that used to stop here doesn't stop here anymore.

h. The teacher that I have for English is fantastic.

5. Rewrite the sentences without the relative pronouns. Follow the example.

Example : I'll have to do a painting that is new.

I'll have to do a new painting.

4. Viết lại những câu sau đây với WHO hay WHICH thay vì dùng THAT.

> **Thí dụ :** It's nice to have someone *that* believes in you.
>
> *It's nice to have someone* **who** *believes in you.*

a. The artist *who* wins will get a grant.

b. I haven't got any paintings **which** could win.

c. The painting *which* the judges pick will be spectacular.

d. It's nice to have a judge *who* knows you.

e. I'll have to do something *which* is totally new.

f. The packages *which* came this morning are for Paulo

g. The bus *which* used to stop here doesn't stop here anymore.

h. The teacher *who* I have for English is fantastic.

5. Viết lại những câu sau đây mà không dùng *liên hệ đại từ* (Relative pronoun). Hãy theo thí dụ mẫu:

> **Thí dụ :** I'll have to do a painting **that** *is new* .[1]
>
> I'll have to do a *new* painting.[2]

---

[1] *that is new* là mệnh đề tĩnh từ phụ nghĩa cho *painting*.

[2] new là một tĩnh từ phụ nghĩa cho *painting*.

a. I'll have to wear a shirt which is unusual.

b. I want to go to a restaurant that is expensive.

c. I like to talk to people who are interesting.

d. I'd like to meet a person who is friendly.

e. I want to do a job which is really excellent.

6. Rewrite the sentences without the relative pronouns Foollow the example.

Example : I'll have to do something which is new.

I'll have to do something new.

a. I'll have to wear something that's different.

b. I want to go someplace that's expensive.

c. I like to talk to someone who's interesting.

d. I'd like to meet someone that's friendly.

e. I want to do something that's really excellent.

a. I'll have to wear an *unusual* shirt.

b. I want to go to an *expensive* restaurant.

c. I like to talk to *interesting* people.

d. I'd like to meet a *friendly* person.

e. I want to do a really *excellent* job.

6. Viết lại những câu sau đây, mà không dùng *relative pronoun* (liên hệ đại từ). Hãy theo thí dụ mẫu :

Thí dụ : I'll have to do something *which is new.*[1]

I'll have to do something new[2]

a. I'll have to wear something *different.*

b. I want to go someplace *expensive.*

c. I'd like to talk to someone *interesting.*

d. I'd like to meet someone *friendly.*

e. I want to do something *really excellent.*

[1] *which is new* là một mệnh đề tính từ, phụ nghĩa cho *something.*
[2] *Tính từ* đứng sau nhóm tiếng *something, anything, nothing, someone, everyone, somebody, anybody, nobody, someplace, anyplace, noplace...*

LESSON 2

[Mr. Nikzad enters]

MRS. NIKZAD: Hello, dear. How was your day ?

669 MR.NIKZAD : Hello, Zahra. Hi, Son. I'm in such a
good mood

670   that I feel like celebrating. 669
Let's go out to dinner tonight.670

ALI   : Whoopee !

671 MRS. NIKZAD: Ali has something to ask you.

MR. NIKZAD : What is it, Ali ?

ALI   : Father, may I please have a birthday
party ?

MR.NIKZAD : Of course, Ali. Why not ?

PHẦN 2

Ông Nikzad đi vào.

MRS. NILZAD : Chào mình, công việc ngày hôm
             nay ra sao ?

MR. NIKZAD : Chào Zahra. Chào con trai của Ba.
             Hôm nay Ba hứng khởi đến nỗi
             mà Ba thấy muốn ăn mừng .
             Chúng ta hãy đi ăn tiệm tối nay đt.

ALI   : Hoan hô! [1]

MRS. NIKZAD : Ali muốn hỏi mình cái gì đó.

MR. NIKZAD : Chuyện gì vậy, Ali ?

ALI   : Ba ơi, Ba cho phép con tổ chức tiệc
             ,sinh nhật nghe Ba.

MR. NIKZAD : Dĩ nhiên rồi, Ali. Tại sao lại không tổ
             chức ?

---

(1) *Whoopee!*: Tiếng reo tỏ vui mừng.

ALI	: Thanks , Daddy . (*Ali hugs his father*)
MR. NIKZAD	: What kind of party do you want , Ali ?
ALI	: An ice cream party !
672 MR. NIKZAD	: Is that what you want ? Wouldn't you like to go to a baseball game instead ?$_{672}$
ALI	: Daddy , this is much better ! You eat lots and lots of ice cream. They put it in a big bowl. And then , when you've eaten so much ice cream that you can't eat any more , you eat some more anyway.$_{673}$
MR. NIKZAD	: It sounds terrible.
674 MRS.NIKZAD	: I guess it sounds wonderful to kids.$_{674}$ What do you think , dear ?
675 MR. NIKZAD	: Okay, Ali. It's a deal. $_{675}$
ALI	: Oh, boy !

ALI	: Cám ơn Ba. (Ali ôm và siết chặt Ba nó)
MR.NIKZAD	: Con muốn tổ chức tiệc như thế nào hả Ali ?
ALI	: Tiệc kem nhe Ba !
MR. NIKZAD	: Có phải đó là điều con muốn không ? Thay vì tiệc kem , bộ con không muốn đi xem một trận đấu dã cầu sao ?
ALI	: Ba ơi, tiệc kem tốt hơn nhiều, Ai[1] cũng ăn thật là nhiều kem. Người ta để kem trong một cái tô thật lớn . Và sau đó khi người ta ăn nhiều cho đến nỗi mà không ăn thêm được nữa , nhưng dù thế nào đi nữa người ta cũng ăn thêm một ít nữa.
MR. NIKZAD	: Chuyện đó nghe có vẻ khủng khiếp quá.
MRS. NIKZAD	: Em đoán là chuyện đó đối với trẻ con thì nghe có vẻ tuyệt diệu . Mình nghĩ sao hả mình ?
MR. MIKZAD	: Được rồi, Ali. Thỏa thuận rồi đó nhé !
ALI	: Ồ, Ôi da ![2]

---

(1) *You*: trong câu này và câu kế là *impersonal pronoun* Đại từ không thay cho ai rõ rệt, có nghĩa là *người ta, ai đó, một người*.

(2) *Boy!* tiếng kêu để chỉ sửng sốt, ngạc nhiên, vui mừng

SUBSTITUTION DRILLS

1. I'm in such a good mood
      that I feel like **celebrating.**
                  treating everyone to dinner.
                  ordering a bottle of champagne.
                  jumping up and down.
                  kissing someone.

2. **I'm in such a good mood**   that I feel like celebrating
   I'm feeling so good
   I'm in such a happy mood
   I'm so happy
   I'm in such a wonderful mood
   I feel so wonderful

3. **I'm in such a good mood**   that I feel like celebrating
   I had such a good day
   I heard such good news
   I met such great people
   I bought such beautiful clothes

4. Let's **go out to dinner**   tonight.
         have dinner out
         eat out
         go to a restaurant
         not eat at home

5. Ali has **something** to ask you.
         a favor
         a question

6. Ali has something   to **ask you.**
                  tell you.
                  show you.
                  promise you.
                  give you.

BÀI LUYỆN NGỮ THAY THẾ

1. Ba hứng khởi đến nỗi
   mà Ba thấy muốn **ăn mừng.**

           đãi mọi người bữa cơm tối.
           kêu một chai sâm banh.
           nhảy dựng lên.
           hôn mọi người.

2. Ba **hứng khởi**   đến nỗi mà Ba muốn ăn mừng.
   thấy hứng khởi
   sung sướng
   vui sướng
   hứng khởi
   thấy hứng khởi

3. **Ba hứng khởi**   đến nỗi mà ba muốn ăn mừng.
   Ba có một ngày đẹp
   Ba đã nghe được tin vui
   Ba gặp được những người tốt
   Ba mua được quần áo tốt

4. Chúng ta hãy **đi ăn tiệm**   tối nay.
          đi ăn tiệm
          đi ăn tiệm
          đi ăn nhà hàng
          đừng ăn ở nhà

5. Ali muốn **hỏi anh cái gì đó.**
          xin anh một ân huệ.
          hỏi anh một câu hỏi.

6. Ali có cái gì đó muốn **hỏi anh.**
          kể cho anh nghe.
          chỉ cho anh xem.
          hứa với anh.
          cho anh.

7. Wouldn't you like to **go to a baseball game**   instead?
                  eat dinner with the family

                  spend the day at the Fair

                  invite your friends here

8. It sounds **wonderful** to **children**.
           like fun   them.

           exciting   me.

           fantastic   us.

           good   Ali.

9. It's **a deal**.
       a bargain.

       a bet.

       all right with me.

       agreed.

CONNECTED DRILLS

1. Ali has **something** to **ask you**.
        someone   play with him.

        somewhere go this afternoon.

        no one   play with.

        nothing   do at his father's office.

        no place   ride his bicycle.

7. **Thay** vì như thế, bộ con
   không muốn **đi xem một trận đấu đá cầu sao ?**

   ăn tối với gia đình sao ?

   trải qua một ngày tại hội chợ sao ?

   mời bạn bè đến đây sao ?

8. Điều đó nghe có vẻ **tuyệt diệu**   đối với   **trẻ con.**

   vui nhộn   họ.

   hào hứng   tôi.

   ly kỳ   chúng tôi.

   hay ho   Ali.

9. Điều đó **là một sự thỏa thuận.**

   là một món hời.

   là một cuộc đánh cá.

   đối với tôi thì được rồi.

   đã được thỏa thuận rồi.

BÀI LUYỆN NGỮ LIÊN KẾT

1. Ali **có cái gì đó muốn hỏi anh.**

   có người để cùng chơi.

   biết một nơi để đi chơi vào chiều nay.

   không có ai để cùng chơi

   không có gì để làm tại sở làm của Ba nó.

   không chỗ để cỡi xe đạp.

2. I've **eaten**   so much **ice cream**
        spent   money
        gained   weight

that I **can't eat any more.**
        am [1] broke until pay day.
        can't fit into my clothes.

3. He **has** so many **friends**
        met   people
        got   job offers

that he **can't invite them all to the party.**
        doesn't remember all their names.
        doesn't know which one to take.

---

(1) *broke* is a slang word. *To be broke* means "to have no money"

2. Tôi **ăn nhiều kem**

   tiêu nhiều tiền

   lên cân nhiều

   cho đến nỗi **tôi không thể ăn thêm nữa được** .

   tôi sạch túi [1] đến ngày lãnh lương .

   tôi không thể mặc vừa quần áo . [2]

3. Anh ta **có nhiều bạn**   đến nỗi

   gặp nhiều người

   nhận được nhiều đề nghị cho việc làm

   anh ta không **thể mời tất cả những người ấy**

   dự tiệc được.

   nhớ hết tên của họ.

   biết chọn công việc nào.[3]

---

(1) *To be broke:* là tiếng lóng, và có nghĩa là *to have no money* hết tiền, cháy túi, sạch túi, nhẵn túi.

(2) (3) **nhiều... cho đến nỗi mà...**

... **so** + much + uncountable and singular noun + that ...

... **so** + many + countable and plural noun + that ...

EXERCISES

1. Answer the questions with "No". Use *instead* in your answers.

> **Example :** Does Mr. Nikzad want to have dinner at
> home tonight ? *(eat out)*
> *No . He wants to eat out instead.*

°a. Would you like to have white wine with
dinner ? *(red wine)*

b. Did everyone listen to records after dinner ?
(play bridge).

c. Does Ali want to have his birthday party at
home ? *(at an ice cream parlor)*

d. Are you and your family going to the beach again
this summer ? *(to the mountains)*

e. Are you going to the baseball game on Friday
night ? *(watch it on television)*

f. Are you taking the subway to work tonight ?
(the bus)

BÀI TẬP

1. Trả lời câu hỏi với "NO". Dùng **instead** trong câu
   trả lời:

Thí dụ :   Ông Nikzad có muốn ăn cơm tối tại nhà
   vào tối nay không ? *(ăn tiệm)*
   Không . Thay vì thế , ông ta muốn ăn
   tiệm.

a. No. I would like to have red wine instead.

b. No. Everyone *played bridge* instead. (= đánh bài)

c. No. He wants to have his brithday party at an ice-
   cream parlor instead.

d. No. We are going to the mountains instead.

e. No. I am going to watch it on television instead.

f. No. I am taking the bus instead.

2. Make a new statement with "so...that".

Examples :   1. Ali couldn't sleep because he was
                very excited.
                Ali was so excited that he couldn't
                sleep.
             2. Ali got a stomachache because he ate
                very quickly.
                Ali ate so quickly that he got a
                stomachache.

a. We had to wait an hour to get a table because the
   restaurant was very busy.

b. I can't understand Mrs.Montero because she
   speaks very fast.

c. No one will buy Pedro's car because it's very old.

d. Marta missed at least half the work because she
   was absent very often.

e. I couldn't hear myself think because the news—
   paper office was very noisy.

f. Laura got a pain in her side because she laughed
   very hard.

2. Làm một câu mới với " so... that".

Thí dụ : 1. Ali không thể ngủ được vì nó rất hồi hộp.

Ali hồi hộp *cho đến nỗi* nó không ngủ được.

2. Ali bị đau bao tử vì nó ăn vội quá.

Ali ăn vội *cho đến nỗi* nó bị đau bao tử.

a. The restaurant was *so* busy *that* we had to wait an hour to get a table.

b. Mrs. Montero speaks *so* fast *that* I can't understand her.

c. Pedro's car is *so* old *that* no one will buy it.

d. Marta was absent *so often that* she missed at least half the work.[1]

e. The newspaper office was *so* noisy *that* I couldn't hear myself think.

f. Laura laughed *so* hard *that* she got a pain in her side. [2]

---

(1) (2) Ngoại trừ câu *d* và *f*, những câu khác trong bài tập này đều theo cấu trúc : so + adj + that .
Câu d và f theo cấu trúc : so + adv + that .
● Câu d : Marta vắng mặt thường xuyên cho đến nỗi mà cô ta thiếu ít nhất là phần nửa các bài vở.
● Câu f : Laura cười nhiều cho đến nỗi mà cô ta bị đau ở bên sườn.

3. Make new statements with "such...that."

Example :   I'm in a very good mood . I feel like
celebrating.
*I'm in a such a good mool that I feel like
celebrating.*

a. It was a very hot day. We decided to go to the
beach.
b. It is a very large museum. It took the Nikzads all
day to visit it.
c. Laura has very dry hair. She can only wash it once
a week.
d. Ali took a very big helping of stew. He couldn't
finish it.

e. Mr. Crawford was in a very bad mood this
morning . He didn't say good morning to
anyone:
f. These are very tight shoes. My feet hurt every
time I wear them.
4. Use the right expression of quantity . Use "much" or
"many" with the (+) sign . and "little" or "few" with
the (−)sign.

3. Làm các câu mới với such...that...

Thí dụ :   Ba rất phấn khởi. Ba cảm thấy muốn ăn mừng.

Ba phấn khởi *cho đến nỗi* mà Ba cảm thấy muốn ăn mừng.

a. It was *such* a hot day *that* we decided to go to the beach.

b. It is *such* a large museum *that* it took the Nikzads all day to visit it.

c. Laura has *such* dry hair *that* she can only wash it once a week.

d. Ali took *such* a big helping of stew *that* he couldn't finish it.

e. Mr. Crawford was in *such* a bad mood this morning *that* he didn't say "good morning" to anyone.

f. These are *such* tight shoes *that* my feet hurt every time I wear them.

4. Hãy dùng cho đúng thành ngữ chỉ số lượng. Dùng much hoặc many vào chỗ có dấu (+) và little hay few vào chỗ có dấu (−) .

* **Ghi chú** *cho bài tập 3 :* ta cũng dùng such + *noun* +that để diễn tả ý "cho đến nỗi mà ". Ta dùng *such a, such an* trước danh từ *số ít* và *đếm được* (câu a,b,d,e)
Ta dùng *such* trước danh từ *số ít* và *không đếm được* (câu c) hoặc trước danh từ *số nhiều* (câu f).

* **Ghi chú** *cho bài tập 4 :* **many** và *much* đều có nghĩa là *nhiều* ; *few* và *little* đều có nghĩa là *ít*, **many** và **few** được dùng trước *countable and plural nouns* . **much** và **little** được dùng trước *uncountable and singular nouns* .

+ *So* **many, much** *that*: nhiều cho đến nỗi mà...

+ *So* **few, little** *that*: ít cho đến nỗi mà...

Examples : 1. The Ice Cream Parlor has so (+)
flavors that I didn't know which
one to get.

many

2. I got so (−) sleep two nights ago
that I couldn't stay awake the next
day.

little

a. Bill meets so   (+)   new people evrey day
that he can't remember all their names.

b. Bob's car uses so   (−)   gas that he only has to
fill it up once a week.

c. Paulo has so   (+)   work now that he hardly
ever comes home before eight o'clock.

d. Ali has so   (+)   friends that he can't invite
them all to his birthday party.

e. So   (−)   students did the assignment that the
teacher got angry.

f. Miguel has eaten so   (+)   chocolate since he
came to New York that he has gained five
pounds.

g. I have so   (−)   time to shop during the week
that I have to do it all on Saturday.

Thí dụ : 1. The icream palor has *so* (+) flavors *that* I didn't know which one to get (Ta dùng **many**)–(Tiệm kem có nhiều vị cho đến nỗi mà tôi không biết ăn món kem có vị nào).

2. I got *so*   (−) sleep two nights ago *that* I couldn't stay awake the next day , (Ta dùng **little**)–(Hai đêm trước đây tôi ngủ ít cho đến nỗi mà tôi không thể tỉnh ngủ vào ngày hôm sau đó được.)

a. Bill meets *so* **many** new people every day *that* he can't remember all their names.

b. Bob's car uses *so* **little** gas *that* he only has to fill it up once a week.

c. Paulo has *so* much work now *that* he hardly ever comes home before eight o'clock . (Hardly ever = rất hiếm khi).

d. Ali has *so* **many** friends *that* he can't invite them all to his brithdday party.

e. *So* **few** students did the assignment *that* the teacher got angry.

f. Miguel has eaten *so* **much** chocolate since he came to New York *that he has gained five pounds* (=anh ta lên 5 cân).

g. I have *so* **little** time *to shop* during the week that I have to do it all on Saturday . (To shop : đi mua sắm).

UNIT 39

Going Home

LESSON 1

676	MRS. FARIAS	: Packing is very upsetting. I wish
677		someone would do it for me. In
678		fact, I wish I were home now and
		the plane trip were over.
	JOANA	: You don't have to pack tonight.
	MRS. FARIAS	: I know, but I want to see how much
		room I have in my suitcase.
		Tomorrow I have to buy presents
		for everyone back home.

BÀI 39

Trở về Nhà (Trở về Nước)

PHẦN 1

MRS. FARIAS : Xếp quần áo vào va–li thì thật là phiền phức.Mẹ ước gì có ai đó làm việc đó cho mẹ. Thực vậy, mẹ ước gì bây giờ mẹ đang có mặt ở nhà,và cuộc hành trình bằng phi cơ đã qua đi.

JOANA : Mẹ không cần phải sửa soạn va–li tối nay.

MRS. FARIAS : Mẹ biết, nhưng mẹ muốn biết còn bao nhiêu chỗ trống trong va–l i. Ngày mai mẹ phải mua một ít quà tặng cho mọi người ở nhà.

679	JOANA	: Sometimes I wish I were going with you.
	MRS. FARIAS	: Sometimes I wish you were, too, dear.
	JOANA	: I know, but you mustn't worry about me, Mama. I'll be all right. Paulo doesn't let me out of his sight![680]
681 682	MRS. FARIAS	: I know you'll be all right, I'm worrying about *myself*. The house will seem so empty without you and Paulo.[681] And what if you decide to stay here?[682]
	JOANA	: Oh, Mama!

JOANA   : Đôi khi con ước là con sẽ cùng đi
                          với mẹ.

MRS. FARIAS   : Đôi khi mẹ cũng ước gì con sẽ
                          cùng đi với mẹ, con thân yêu ạ!

JOANA   : Con biết , nhưng mẹ *không được*
                          bận tâm về con, mẹ ạ (=mẹ phải
                          tịnh dưỡng) . Con sẽ không sao
                          đâu . Paulo sẽ khôn g buông lơi
                          việc kiểm soát con đâu.

MRS. FARIAS   : Mẹ biết con sẽ không sao đâu. Mẹ
                          lo lắng cho mẹ thô i , căn nhà
                          dường như sẽ trống vắn g khi
                          không có con và Paulo. Và sự
                          thể sẽ ra sao nếu con quyết định
                          ở lại đây ? [1]

JOANA   : Ô, mẹ! [1]

---

(1) Bà Farias ngụ ý là *Joana* sẽ thành hôn với *Michael* và sẽ ở lại New York, không về Braxin nữa. Lời ngụ ý đó làm cho *Joana* e thẹn

GRAMMATICAL PREVIEW

1. Gerunds (Verb + –ing)

These strutures mean the same thing·

Gerund

Walking. Running Playing tennis Swimming	is fun.

Infinitive

It	is fun	to walk. to run. to play tennis to swim.

2. The Subjunctive Mood.

1. We use the subjunctive to express a condition
   which is untrue or imposible now. It has the same
   form as the past tense, except with the verb *be* .

ÔN TRƯỚC NGỮ PHÁP

1. Gerund (danh động từ) (= Verb + ing).

Hai cấu trúc sau đây đều có nghĩa như nhau:

Gerund

Walking Running Playing tennis Swimming	is fun.

Infinitive

It	is fun	to walk. to run to play tennis to swim	–Đi bộ –Chạy –Chơi tennis –Bợi lội	thì vui

2. The Subjunctive Mood (Bàng thái cách) (Thì Past Subjunctive)

1. Ta dùng thì *Past Subjunctive* để diễn tả điều kiện mà *trong hiện tại* không có thực, hoặc không thể xảy ra được . Nó có cùng hình thức với thì *Simple Past* , chỉ trừ khi dùng với động từ *to be* thì *were* được dùng cho tất cả mọi ngôi.

a.

I wish	I *had*	a million dollars.
		(but I *don't*)
	knew	all the answers.
	owned	a large yacht.
	could	learn more quickly.
		(but I *can't*)

b.

I wish	I	*were* on vacation now	(but { I'm / you're / he's / she's / they're } not)
	you		
	he		
	she		
	they		

a..

Tôi ước gì	tôi có	một triệu đô–la (bây giờ)	(nhưng bây giờ tôi không có)
	tôi biết	tất cả các câu trả lời (bây giờ)	(nhưng thực sự bây giờ tôi không biết)
	tôi có	một chiếc du thuyền lớn (bây giờ)	(nhưng bây giờ tôi không có)
	tôi có thể	học nhanh hơn (bây giờ)	(nhưng bây giờ tôi không thể)

b..

Tôi ước gì	tôi anh anh ấy chị ấy họ	đang đi nghỉ lễ ngay bây giờ	nhưng thực sự bây giờ tôi anh anh ấy chị ấy họ không đang nghỉ lễ

Ghi chú : Trong thí dụ *b* ở trên, động từ *were* được dùng cho mọi ngôi, kể cả **I, He, She.**

2. **If something** *could become true* in the future,
   we use the auxiliary *would* .

It	is	raining
Laura		unempoyed.
Bill .		late to work every day.

I	**wish**	it	*would*	stop.
		she		get a job.
		he		get to work on time.

SUBSTITUTION DRILLS

1. **Packing**   is very upsetting
   Arguing
   Saying good–bye to loved ones
   Moving away from friends
   Losing your luggage

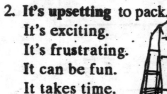

2. **It's upsetting** to pack.
   It's exciting.
   It's frustrating.
   It can be fun.
   It takes time.

2. Nếu sự việc *có thể trở thành sự thực* trong tương lai, chúng ta dùng trợ động từ **would** .

Thí dụ :

– Bây giờ trời đang mưa. Tôi *ước gì* trời sẽ dứt mưa.

–Bây giờ Laura đang thất nghiệp. Tôi *ước gì* cô ta sẽ có được một việc làm.

–Bill ngày nào cũng tới sở làm trễ. Tôi *ước gì* anh ấy sẽ tới sở làm đúng giờ.

BÀI LUYỆN NGỮ THAY THẾ

1. Xếp quần áo vào va–li   là một việc rất khó chịu
Tranh luận .
Từ biệt những người mình yêu mến
Dời nhà đi xa bạn bè .
Mất hành lý,

2. Xếp quần áo vào vali thì phiền toái khó chịu.
       thì hào hứng.
       thì khó chịu,bực mình.
       là một điều vui thú.
       thì mất thì giờ.

3. I wish you would **pick up your clothes**

make your bed.

feed the dog.

do the chores.

stay at home

3. Mẹ ước gì con sẽ **nhặt lên quần áo của con** .

sửa gọn giường ngủ của con.

cho chó ăn.

làm công việc lặt vặt trong nhà.

ở nhà.

4. I wish he wouldn't **ask me so many questions.**
speak so loudly.
stay out so late at night.
talk on the phone all the time.
play the stereo at eight a.m.

5. I wish I   were home, and the trip were over.
we
you
they
he
she

6. I wish I were **home**
in Hawaii.
a millionaire.
young again.
fluent in Chinese.

7. Sometimes I wish **I were going with you.**
he were doing more with his life.
you were taking fewer courses.
we weren't living in a big city.
the Nikzads weren't moving back
to Iran.

4. Tôi ước gì cậu ấy sẽ không **hỏi tôi nhiều câu hỏi đến như thế.**

nói lớn đến như thế.

đi chơi về khuya đến như thế.

luôn luôn nói chuyện trên điện thoại.

mở máy âm thanh nổi lúc 8 giờ tối.

5. Mẹ ước gì bây giờ **mẹ có mặt ở nhà, và cuộc hành trình đã qua đi.**

chúng ta

con

họ

cậu ấy

cô ấy

6. Mẹ ước gì (bây giờ) **mẹ có mặt ở nhà .**

đang ở Hạ uy Di.[1]

là một nhà triệu phú.

trẻ lại .

nói trôi chảy tiếng Trung hoa.

7. Đôi khi con ước gì **con sẽ đi với mẹ.**

anh ấy sẽ làm việc nhiều hơn nữa.

với cuộc sống hiện nay của anh ấy.

mẹ theo học ít khóa học hơn.

chúng ta không sống trong một thành phố lớn.

gia đình Nikzads sẽ không trở về Iran.

---

(1) *Hawaii:* tên một hòn đảo ở giữa Thái Bình Dương trở thành tiểu bang thứ 50 của Mỹ vào năm 1959.

8.Paulo doesn't **let me out of his sight.**

                leave me by myself for a minute.

                go anywhere without me.

                give me a moment's peace.

9. **The house seems so empty**   without you and Paulo.

   The evenings seem very long

   Family gatherings aren't the same

10. What if you decide **to stay here?**

                miss your flight?

                don't find your passport?

                have to get a visa?

                can't change money at the airport?

8. Paulo không **lơi là việc kiểm soát con đâu.**

bỏ con một mình dù trong một phút.

đi đâu mà lại không có con.

để con một phút yên tĩnh.

9. **Căn nhà có vẻ trông rỗng** khi không có con và Paulo.
Những buổi tối có vẻ rất dài .
Sự sum họp gia đình sẽ không như trước .

10. Chuyện gì sẽ xảy ra nếu con **quyết định ở lại đay ?**

lỡ chuyến bay của con.

không tìm được giấy

thông hành của con.

phải thị thực giấy hộ

chiếu.

không đổi được tiền ở

phi trường.

(2) *Entry visa :* Chiếu khán nhập cảnh. Exit visa: chiếu khán
xuất cảnh, *to have a visa extented:* chiếu khán được gia hạn.

CONNECTED DRILLS

1. I hate to pack.
John always comes late.
Mr. Crawford always looks angry.
Ali only likes ice cream.
It has rained for two days.

> I wish **someone** *would* **do it for me** .
>
> > he *would* try to be punctual.
> > he *would* smile once in a while.
> > he *would* eat a few. more fruits and
> > vegetables.
> > the weather *would* clear up.

2. I'm so tired I can't keep my eyes open.
I can't read your hand writing.
The city is terrible in the summer.
It's too bad you have to work this weekend.
English is so difficult sometimes !
Look at that beautiful Rolls Royce.

> I wish **I** *could* **sleep for a week.**
>
> > you *could* type.
> > I *could* live on a tropical beach.
> > we *could* go on a picnic instead.
> > I *could* speak it fluently.
> > I *could* afford to buy one.

BÀI LUYỆN NGỮ LIÊN KẾT

1. **Mẹ ghét sắp xếp quần áo vào vali.**

   John luôn luôn đến trễ.

   Ông Crawford luôn luôn giận dữ.

   Ali chỉ thích ăn kem.

   Trời đã mưa trong hai ngày rồi.

   – Mẹ *ước gì* **có ai đó sẽ làm việc đó cho mẹ.**

            anh ấy sẽ cố gắng đúng giờ.

            thỉnh thoảng ông ấy sẽ mỉm cười.

            nó sẽ ăn thêm chút ít trái cây và rau đậu.

            thời tiết sẽ quang đãng.

2. **Tôi mệt cho đến nổi tôi không thể mở mắt ra được.**

   Tôi không thể đọc được chữ viết của anh.

   Thành phố thì nóng khủng khiếp vào mùa hè.

   Thật đáng tiếc là anh phải làm việc vào kỳ nghỉ cuối tuần này.

   Đôi khi Anh văn thì rất khó.

   Hãy nhìn chiếc Rolls Royce đẹp kia.[1]

   – Tôi ước gì, **tôi** *có thể* **ngủ trong một tuần lễ.**

            anh có thể đánh máy.

            tôi có thể sống trên một bãi biển vùng nhiệt đới.

            chúng ta có thể đi picnic thay vào vậy

            tôi có thể nói tiếng Anh trôi chảy.

            tôi có đủ tiền mua một cái.

---

(1) *Rolls Royce* : Tên một loại xe du lịch hạng nhất rất đắt tiền, rất bền, do **Anh** chế tạo.

  * *Ghi chú* cho câu số 2. Trong câu 2, tác giả đã bỏ liên từ THAT. Đáng lẽ câu 2 phải được viết :

     I am so tired **that** I can't keep my eyes open.

EXERCISES

1. Use the information in parentheses to make sentences like the example.

Example : (upsetting–pack)
It's upsetting to pack.

a.(exciting–learn a new language)

b. (frustrating–miss a plane)

c. (fun–visit a new city)

d. (sad–move away from friends)

e. (difficult–talk on the phone in a new language)

f. (possibl e–change money at an international airport)

2. Change the sentences as in the example.

Example : It's upsetting to fail an exam.
Failing an exam is upsetting.

BÀI TẬP

1. Dùng dữ kiện trong ngoặc đơn để làm câu giống
    với thí dụ :

   Thí dụ :   Sắp xếp quần áo vào va–li thì thật phiền
              toái.

a. It's exciting to learn a new language.

b. It's frustrating *to miss a plane* (=lỡ một chuyến
    phi cơ)

c. It's fun to visit a new city.

d. It's sad to move away from friends.

e. It's difficult to talk on the phone in a new
    language.

f. It's possible to change money at an international
    airport.

  (to change money : đổi tiền . *An international
    airport :* Phi trường quốc tế.)

2. Đổi những câu sau đây theo thí dụ mẫu :

   Thí dụ:

      It's upsetting to fail
         an exam.   Rớt một kỳ thi thật
      Failing an exam is upsetting. = là khó chịu.

a. It's interesting to study archaeology.

b. It's confusing to drive in a strange city.

c. It's no fun to do housework.

d. It was expensive to rent a car for ten days.

e. It takes a long time to become a doctor.

f. It can be dangerous to go swimming right after you've eaten.

3. Make two new sentences as in the example.

Example : It upsets Mrs. Farias to pack .

Packing upsets Mrs. Farias.

Packing is upsetting for Mrs. Farias .

a. It bores Ali to watch love stories on T.V.

b. It challenges Bill to be an undercover agent.

c. It relaxes Pedro to go to the movies.

d. It depresses Mrs. Farias to go home to an empty house.

a. Studying *archaeology* is interesting. (=môn khảo cổ học).

b. Driving in a strange city is *confusing.* =(rắc rối)

c.Doing *housework* is no fun (= việc nhà, việc nội trợ).

d. *Renting a car* for ten days was expensive (=mướn một chiếc xe).

e. *Becoming a doctor takes a long time* (=phải mất một thời gian lâu mới trở thành bác sĩ).

f. Going swimming right after you've **eaten can** be dangerous.

3. Làm hai câu mới như trong thí dụ mẫu.

Thí dụ : Cả ba câu đều có nghĩa:

"Việc sắp xếp quần áo vào va-li làm cho bà Farias bực bội".

a. Watching love storie on T.V. bores Ali.

Watching love stories on T.V.is **boring** *for Ali* . (=gây buồn chán)

b. Being an undercover agent challenges Bill .

Being an undercover agent is **challenging,** *for Bill* . (=có tính cách thử thách)

c. Going to the movies relaxes Pedro.

Going to the movies is **relaxing** *for Pedro* (=có tính cách giải trí).

d. Going home to an empty house depresses Mrs. Farias.

Going home to an empty house is **depressing** *for Mrs. Farias* (=buồn chán)

4. Read the statements. Then make a statement in which you wish for the opposite.

Examples : 1. I don't speak Russian.
I wish I spoke Russian.
2. Today isn't payday.
I wish today were payday .
3. Michael won't speak to me.
I wish Michael would speak to me.
4. I can't remember Jim's last name.
I wish I could remember Jim's last name.

a. The bank doesn't open at eight o'clock.

b. I'm not a millionaire.

c. Ali won't leave me alone.

d. We can't afford to buy a new home.

e. There isn't enough snow to go skiing.

f. We can't take the dog on the train.

4. Đọc những câu sau đây . Sau đó làm một câu trong đó bạn ước muốn điều trái ngược.

Thí dụ : 1. Tôi không nói được tiếng Nga.

Tôi ước gì tôi nói được tiếng Nga.

2. Hôm nay không phải là ngày lãnh lương.

Tôi ước gì hôm nay là ngày lãnh lương.

3. Michael sẽ không nói chuyện với tôi.

Tôi ước gì Michael sẽ nói chuyện với tôi.

4. Tôi không thể nhớ họ của Jim.

Tôi ước gì tôi có thể nhớ họ của Jim.

a. I wish the bank opened at 8 oclock.

b. I wish I were a millionnaire.

c. I wish Ali would leave me alone.

d. I wish we could *afford to* buy a new house (=có đủ tiền để...).

e. I wish there were enough snow *to go skiing* (=đi trượt tuyết).

f. I wish we could take the dog on the train.

g. Joana doesn't play tennis.

h. Billy won't turn the radio down.

i. I don't know where I put my passport.

j. Joana and Paulo aren't going to the party with me.

k. Ellen won't lend me her textbook.

l. I can't read my boss's handwriting.

5. Read the following requests . Then change them as in
   the example.

   . **Example :**   Please help me pack . I've asked you
                     three times already.
                     I wish you would help me pack.

   a. Please wash the dishes. I have to ask you every
      night.

   b. Please leave me alone. I know you're trying to
      help, but I need time to think.

g. I wish Joana played tennis.

h. I wish Billy would *turn the radio down* (= vặn radio nhỏ xuống).

i. I wish I knew where I put my passport.

j. I wish Joana and Paulo were going to the party with me.

k. I wish Ellen would lend me her *textbokk* (=sách giáo khoa).

l. I wish I could read my boss's hand writing.

5. Đọc những lời yêu cầu sau đây, và sau đó đổi những lời yêu cầu đó theo thí dụ mẫu :

Thí dụ :   Xin giúp tôi sắp xếp quần áo vào va–li.
Tôi đã yêu cầu anh ba lần rồi.
Tôi ước gì anh sẽ giúp tôi sắp xếp quần áo vào va-li.

a. I wish you would wash the dishes.

b. I wish you would leave me alone.

   c. Please turn down the television. I asked you
      before, and I'm trying to work.

   d. Please call me more often. I know you're busy,
      but I like talking to you.

6. Read the statements. Then make a statement in which
     you wish for something which isn't true.

Examples :   1. I have to do the laundry.
             I wish I didn't have to do the laundry.
             2. Mrs. Farias is sad.
             I wish Mrs. Farias weren't sad.

  a. I have a headache.
  b. Papa is lonely.
  c. It's going to rain this weekend.
  d. We have to cancel this meeting.
  e. We're eating out tonight.

7. Make statements in which you wish for the opposite, now
    and in the future.

Example : Ali bothers me all the time.
           I wish Ali wouldn't bother me all the time.

  a. You call me up late at night.
  b. My mother worries about me.
  c. Pedro falls in love with every woman he meets.
  d. My English teacher gives homework every night.
  e. You make promises you can't keep.
  f. You talk on the telephone for hours.
  g. He smokes during dinner.

c. I wish you would turn down the television.

d. I wish you would call me more often.

6. Đọc những câu sau đây. Sau đó làm một câu mà trong đo bạn ước một điều không có thực.

    Thí dụ : 1. Tôi phải giặt quần áo.

            Tôi ước gì tôi không phải giặt quần áo.

          2. Bà Farias thì buồn.

          Tôi ước gì Bà Farias không buồn.

a. I wish I didn't have a headache.

b. I wish Papa weren't lonely. (Con ước gì Ba không cô đơn).

c. I wish it weren't going to rain this weekend.

d. I wish we didn't have *to cancel* this meeting

                (= hủy bỏ)

e. I wish we weren't eating out tonight.

7. Làm câu mà trong đó bạn ước điều trái ngược cho *bây giờ* và cho *tương lai* .

    Thí dụ :   Ali lúc nào cũng làm phiền tôi.

          Tôi ước gì Ali sẽ không lúc nào cũng làm phiền tôi.

a. I wish you wouldn't *call* me up late at night.

          (=gọi điện thoại)

b. I wish my mother wouldn't worry about me.

c. I wish Pedro wouldn't . *fall in love with* every woman he meets .   (=yêu)

d. I wish my English teacher wouldn't give home-work every night. .

e. I wish you wouldn't *make promises* you can't keep   (=hứa hẹn)

f. I wish you wouldn't talk on telephone for hours.

g. I wish he wouldn't smoke during dinner.

LESSON 2

683 JOANA : Anyway, you were about to mention the gifts you had to buy.

684 MRS.FARIAS : Yes. What do you think I ought to get for your father?

JOANA : He has just about everything, doesn't he?

685 MRS.FARIAS : That's the trouble.

PAULO : Hi. Mama. Hi, Joana.

686 MRS.FARIAS : I'm glad you're home early. Do you know how to fix the lock on that suitcase? 686 It's stuck.

PHẦN 2

JOANA : Dù sao đi nữa mẹ đã sắp sửa đề cập tới những món quà mà mẹ phải mua đấy.

MRS.FARIAS : Đúng vậy đó. Con nghĩ là mẹ nên mua gì cho ba con?

JOANA : Ba con gần như có đủ hết mọi thứ, phải không?

MRS.FARIAS : Cái khó là ở chỗ đó.

PAULO : Chào Mẹ. Chào Joana.

MRS.FARIAS : Mẹ mừng là bữa nay con về nhà sớm. Con có biết sửa cái khóa của cái va–li này không? Nó kẹt cứng.

PAULO   : It probably needs a little oil.

687 MRS FARIAS   : Paulo, I don't know what to get for
                        your father 687 Do you have any
                        suggestions ?

PAULO   : Why don't you get him a pocket
                        calculator?

MRS. FARIAS   : That's a wonderful idea! I hope he
                        doesn't already have one.

PAULO   : I doubt it. There, the lock's okay
                        now.

688 MRS. FARIAS   : Good. Thank you, dear. Where
                        should I look for a calculator? 688

689 PAULO   : I know a place where I can get one
                        on sale. 689 I'll pick one up for
                        you tomorrow.

MRS. FARIAS   : Thank you, dear. You know, when
                        I get home. I'm going to wish I
690   were back here. I wish there were
                        some way for all of us to be in the
                        same city , or at least , the same
                        country. 690

PAULO   : Có lẽ nó cần chút ít dầu.

MRS.FARIAS   : Paulo ơi, mẹ không biết mua cái gì
                 cho Ba con..Con có đề nghị gì không?

PAULO   : Tại sao mẹ không mua cho Ba cái
                 máy tính điện tử bỏ túi?

MRS. FARIAS   : Đó là ý kiến rất hay ! Mẹ hy vọng
                 Ba con chưa có một cái máy tính.

PAULO   : Con nghĩ là Ba chưa có đâu . Mẹ
                 xem nè, cái khóa đã ngon lành rồi
                 nè!

MRS. FARIAS   : Tốt, cám ơn con, con thân yêu. Mẹ
                 nên tìm mua cái máy tính ở đâu?

PAULO   : Con biết một chỗ mà con có thể
                 mua một cái đang bày bán "xôn".
                 Con sẽ chọn mua một cái cho mẹ
                 vào ngày mai.

MRS. FARIAS   : Cám ơn con, con thân yêu.Con biết
                 là khi mẹ về đến nhà , mẹ sẽ ước
                 gì mẹ sẽ trở lại đây . Mẹ ước gì ,
                 bằng một cách nào đó mà tất cả
                 chúng ta có thể ở chung trong một
                 thành phố hay ít nhất cùng ở
                 chung trong một nước.

GRAMMATICAL PREVIEW

Modal : OUGHT TO [1]

Subjects Modals   Verb +

I	ought to	get a haircut.
You	should	
He		
She		
They		
We		

Example : *Should* I get a haircut ?

I *shouldn't* get a haircut.

SUBSTITUTION DRILLS

1. I   ought to start packing.
   You
   We
   He
   She
   They

ÔN TRƯỚC NGỮ PHÁP

Trợ động từ OUGHT TO [1]

Chủ từ	Trợ động từ	Verb+
I You He She They We	ought to (phải nên) should (nên)	get a haircut (đi cắt tóc)

Thí dụ : Tôi có nên đi cắt tóc không ?
(= *Should* I get a haircut ?)
Tôi không nên đi cắt tóc.
(= I *shouldn't* get a haircut.)

BÀI LUYỆN NGỮ THAY THẾ

1 Tôi nên bắt đầu sắp xếp quần áo vào va–li.
Anh
Chúng ta
Anh ấy
Chị ấy
Chúng nó

---

(1) *Ought* là trợ động từ duy nhất có *to* theo sau. Người bản xứ nói tiếng Anh thường dùng *should* (chứ không dùng *ought to*) với động từ chính trong *câu hỏi* hoặc *câu phủ định*.
EX : *Should* I buy a calculator for your father ?
(= mẹ có nên mua máy tính cho Ba con không ?)
(thay vì *Ought I to buy* ...)
You *shoudn't* wear light clothes on the plane..
(= mẹ không nên mặc quần mỏng khi đi phi cơ)
(thay vì *you oughtn't to wear* ...)

2. What do you think I ought to buy for your father?
   should

3. What do you think I ought to get for your father?
   wear on the plane?
   take on the plane
       with me?
   do first , pack or go
       shopping ?

---

* *Ought* is the only modal which is followed by to. English
   speaker generally use *should* (not *ought to*) for the main
   verb in questions and negatives.

2. Con nghĩ là mẹ **phải nên** mua gì cho Ba con?

        nên

3. Con nghĩ là mẹ

    phải nên **mua gì cho Ba con?**

        mặc gì khi đi phi cơ?

        mang gì theo khi đi phi cơ?

        làm cái nào trước, sắp xếp quần áo vào

        va—li hay đi mua sắm?

4. He has **just about everything**   doesn't he?

       almost everything he wants,

       everything but a pocket calculator,

       all the shirts and ties he needs,

5. That's **the trouble.**

       what makes it so difficult.

       what's so hard about getting him a gift.

       why it's so diffcult to buy him a gift.

6. You were **about**   to mention the gifts you had to buy.

       going

       starting

       beginning

7. You were about

     to **tell me something**   when I interrupted you.

      show me some

       snapshots

      ask me a question

      read me Papa's letter

4. Ba con có **hầu như đủ mọi thứ,**   **phải không?**

    hầu như đủ mọi thứ mà Ba
      con cần,

    đủ mọi thứ chỉ trừ máy tính
      bỏ túi,[1]

    tất cả những sơ−mi và cà−vạt
      ba con cần,

5. Đó là **điều khó khăn..**

    cái mà làm cho nó khó khăn đến như thế.
    điều khó trong việc mua cho Ba một món quà.
    lý do khó khăn khi mua cho Ba một món quà.

6. Mẹ lại đã **sắp sửa**   đề cập đến những món quà
                      mà mẹ phải mua đấy.

    sẽ
    sẽ bắt đầu
    sắp bắt đầu

7. Con đã sắp **kể cho mẹ nghe điều gì đó**   khi mẹ ngắt
                                      lời con.

    đưa cho mẹ xem vài bức
      ảnh chụp lẹ

    hỏi mẹ một câu hỏi

    đọc cho mẹ lá thư của
      Ba [2]

---

(1) *but* trong câu này là *giới từ*, có nghĩa là *trừ ...ra.* còn chữ *but* (nhưng) là *conjunction* dùng để nối liền hai mệnh đề

(2) .*Papa=Daddy* (*=Dad*)=ba, bố, tía. thường được dùng như *ngôi thứ hai*, nhưng trong bài này, được dùng như một danh từ thay cho *father*.

8. Do you know how to **fix the lock on a suitcase ?**
       repair a broken toaster ?
       work this machine ?
       run a printing press ?
       change the ribbon on an
        electric typewriter?
       use a dictaphone?

9. I don't know **what to get for your father.**
     who to invite to the party.
     where to spend my vacation.
     when to make my reservation.
     how to thank you.
     which coat to take on the trip.

10. I know a place where I can get one **on sale.**
         for half price.
         for 20% off.
         at cost.
         * wholesale.

11. I wish **these were some way** for all of us to be in the
  same city.
    it were possible.
    we could find a way.

 * at the price the store itself paid for the product.

8. Con có biết **sửa cái khóa của va-li này không?**

   sửa cái lồ nướng bánh hư này không?

   cho chạy cái máy này không?

   cho chạy một cái máy in không?

   thay cái ru–băng của cái máy chữ
   điện này không?

   sử dụng cái "máy thu sẵn lời đọc
   thư" này không ? (1)

9. Mẹ không biết phải **mua cho Ba con cái gì.** (2)

   mời ai đến dự tiệc.

   trải qua kỳ nghỉ lễ ở đâu.

   giữ chỗ trước vào lúc nào.

   cám ơn con như thế nào.

   mang theo cái áo khoác nào
   trong cuộc hành trình.

10. Con biết một chỗ mà con

    có thể mua một cái **với giá bán "xôn"**

    với nửa giá.

    với giá được bớt
    20%.

    với giá vốn. (3)

    với giá sỉ . (4)

11. **Mẹ ước gì có một cách nào đó** cho tất cả chúng ta cùng
    sống trong cùng một thành phố.

    có thể nào.

    có thể tìm được một cách.

---

(1) *Dictaphone:* ở Âu châu và Bắc Mỹ, khi người giám đốc đọc thư, thì người thư ký ghi tốc ký. Nếu người thư ký không có mặt thì người giám đốc đọc nội dung lá thư vào máy, và người thư ký sau đó văn lại để nghe và đánh máy. Máy đó là *dictaphone*, có earphones (máy nghe gắn ở tai) và bộ phận ngưng tape (băng) chạy khi cần.

(2) *Ghi chú cho câu 9 :* Trong câu 9, sau động từ *don't know* là các từ nối kết "như là": *what, who, where, when, how, which...* và sau đó là động từ nguyên âm có *to.* (full infinitive.)

(3) at cost = at cost price (the cost of producing it on the price at which it may be bought wholesale = giá thành sản phẩm hay giá mua sỉ, mua buôn)

(4) Giá sỉ hay giá buôn.

EXERCISES

1. Substitute "ought to" for "should" in the sentences.

    Example : You should take a long vacation.

                You ought to take a long vacation.

    a. You should change the ribbon on this typewriter.

    b. Someone should fix the machine.

    c. What do you think I should buy Mrs. Crawford for her birthday?

    d. We should make a hotel reservation at least a month ahead of time.

    e. Michael should take better care of himself.

    f. When do you think I should start packing?

    g. Mrs. Farias should weigh her suitcase before she gets to the airport.

1. Dùng *ought to* **để thay cho** *should* **trong các câu sau đây:**

Thí dụ : (cả hai câu cùng có nghĩa:)

"Anh *nên* đi nghỉ một thời gian lâu".

a. You *ought* to change the ribbon on this typewriter.

b. Someone *ought to* fix the machine.

c. What do you think I *ought to* buy Mrs. Crawford for her brithday?

d. We *ought to* make a hotel reservation at least *a month ahead of time* (=một tháng trước).

e. Michael *ought to* take better care of himself.

f. When do you think I *ought to* start packing ?

g . Mrs. Farias *ougth to* weigh her suitcase before she gets to the airport.

2. Subsitute an infinitive for the darker part of the sentence.*

Examples :   1. I don't know what **I should get** for your father.
I don't know what to get for your father.

2. Laura will show Claire how **she should file** the names of the new clients.
Laura will show Claire how to file the names of the new clients.

a. I don't know how much paint **I should buy.**
b. The salesman showed us how **we should use** the vacuum cleaner.
c. Claire can't decide which courses **she should take** next year.
d. Joana and I were discussing what **we should buy** for the party.

*Note : We can do this when the grammatical subject of *should* is the same as the subject or object (if a person) of the previous verb. See examples.. It would *not be possible to change these sentences.*
1. I don't know what Joana shouldget for her father.
2. Laura will show Claire how Henry should file the names of the new clients.

2. Dùng động từ nguyên mẫu có TO thay cho phần in đậm của câu.

Thí dụ : 1 Hai câu này đều có nghĩa là:

" *Mẹ không biết mẹ nên mua cái gì cho Ba con* " (1)

2. Hai câu này đều có nghĩa là:

" *Laura sẽ chỉ cho Claire cách xếp tên những thân chủ mới vào hồ sơ.* "

a. I don't know *how much paint to buy.*

b. The salesman showed us *how to use* the vacuum cleaner.

c. Claire can't decide *which course to take* next year.

(To take a course: theo một khóa học).

d. Joana and I were discussing *what to buy* for the party.

---

(1) Ghi chú cho cả bài tập 2 :
   a) Ta có thể đổi được như trong thí dụ mẫu này, khi chủ từ của động từ *should* cũng là người làm *chủ từ* hoặc *túc từ* của động từ trong mệnh đề phía trước đó.
   Thí dụ : I don't know what I should get for your father.
   (chủ từ I trong mệnh đề đầu và I trong mệnh đề thứ hai cùng là một người)
   I will show *Claire* how *she* should file the names of the new clients. (Túc từ *Claire* trong mệnh đề đầu và chủ từ *She* trong mệnh đề thứ hai là một người)
   b) Khi không có điều kiện vừa kể thì không đổi được :
   Thí dụ 1. I don't know what *Joana* should get for her father .
   (I và *Joana* là hai người khác nhau).
   Thí dụ 2. Laura will show *Claire* how *Henry* should file the names of the new clients. (*Claire* và *Henry* là hai người khác nhau)

e. They're wondering when **they should announce** their engagement.

f. The lawyer advised me what **I should say.**

g. We weren't sure where **we should get off** the expressway.

h. I was about to tell you where **you should go** to get a pocket calculator on sale.

3. Use the right word.

**do ● don't ● does ● did ● didn't ● can't
could ● are ● isn't ● were ● weren't**

a. Do you know how to work this dictaphone?
...No, I...............
I wish you.........

b. Is there some way for all of us to be together
...No, there.......
I wish there.......

c. Are the exam questions hard?
...Yes, they.........
I wish they..........

d. Do you have to go to school?
...Yes, you.........
I wish I...............

e. Can Mrs. Ortega join us for dinner?
...No, she............
I wish she..........

f. Does Michael want to be a painter?
...Yes, he.........
I wish he...........

e. They are wondering *when to announce* their
   engagement . (=sự dính hôn)

f. The lawyer advised me *what to say.*

g. They weren't sure *where to get off the expressway.*
   (= rời bỏ đường xa lộ tốc hành)

h. I was about to tell you *where to get* a pocket
   calculator on sale.

3. Hãy dùng các tiếng sau đây vào đúng chỗ của chúng.

   do ● don't ● does ● did ● didn't ● can't
   could ● are ● isn't ● were ● weren't

   a. Do you know how to work this dictaphone?
      – No, I **don't**.
      – I wish you **did**.

   b. Is there some way for all of us to be together?
      – No, there **isn't**.
      · – I wish there **were**.

   c. Are the exam questions hard?
      – Yes, they **are**.
      – I wish they **weren't** .

   d. Do I have to go to school?
      – Yes, you **do**.
      – I wish I **didn't**.

   e. Can Mrs. Ortega join us for dinner?
      – No, she **can't**.
      – I wish she **could**.

   f. Does Michael want to be a painter?
      · – Yes, he **does**.
      – I wish he **didn't**.

UNIT 40

A Pseudonym

LESSON 1

(The door bell rings at Michael's apartment)

691 MICHAEL	: Hi , Pedro. How are you doing? 691
692 PEDRO	: Fine , I just wanted to stop by and say hello.692
693 MICHAEL	: Come on in. [*Pedro comes in*] How about some coffee?
694 PEDRO	: Sounds good.
695 MICHAEL	: What's new ? You look tired.695
PEDRO	: I'm trying to find a present for Miguel. He's leaving at the end of next week.
MICHAEL	: That's too bad.
PEDRO	: He thinks so, too.
MICHAEL	: What about Marta?

BÀI 40

Biệt danh (Tên giả)

PHẦN 1

[Chuông ở cửa reo tại căn hộ chung cư của Michael]

MICHAEL : Chào Pedro, Bồ có được mạnh khỏe không?

PEDRO : Mạnh . Tớ chỉ muốn ghé tạt vào và thăm bồ một tí thôi. [1]

MICHAEL : Hãy vào đây một tí đi. *(Pedro đi vào)* Bồ uống chút cà–phê nhé !

PEDRO : Nghe hấp dẫn đó.

MICHAEL : Có gì mới không ? Bồ trông có vẻ mệt đó.

PEDRO : Tớ cố gắng tìm một món quà cho Miguel. Cậu ấy sẽ về nước vào cuối tuần tới.

MICHAEL : Thật đáng tiếc.

PEDRO : Cậu ấy cũng nghĩ vậy.

MICHAEL : Còn Marta thì sao?

---

[1] *to say hello* thực ra có nghĩa là *chào, chào hỏi ai.*

PEDRO   : Ai mà biết được? Tớ không hỏi gì cả. Cô cậu ta hành động như là thanh thiếu niên choai--choai đang yêu . Cô cậu bám chặt lấy nhau *như thể ngày mai là tận thế.* [1]

MICHAEL : Hôm nay bồ hay nhạo báng quá.

PEDRO   : Tớ thực tế đấy [2] . Chỉ trong vòng một tuần lễ là cô ta sẽ không còn nhớ tên cậu ta nữa.

MICHAEL : Thôi đi, Pedro ? [3]

PEDRO   : Tớ sẽ cá với bồ . Bao nhiêu ? Năm đô–la nhé?

MICHAEL : Đồng ý. Cá năm đô–la. Bắt tay một cái nào!

[Hai người bắt tay]

---

(1) *...as if there were no tomorrow* : như thế là không có ngày mai,hôm nay là ngày cuối cùng. (Ở đây *Pedro* nói thái quá để nói rằng tình yêu của *Miguel* và *Maria* là cái gì kỳ cục đối với anh ta.

(2) *Realistic* hàm ý *I'm realistic*

(3) *Come on* : (một cách dùng đặc biệt của người Mỹ):Thôi đi, nào nào. Bạn không thực sự tin điều đó.(bạn nói như thế là để nói thôi, đó là một cách nói thôi, chứ thực sự bạn không tin như thế.)

PEDRO   : Ai mà biết được? Tớ không hỏi gì cả. Cô cậu ta hành động như là thanh thiếu niên choai-choai đang yêu . Cô cậu bám chặt lấy nhau *như thế ngày mai là tận thế.* [1]

MICHAEL : Hôm nay bồ hay nhạo báng quá.

PEDRO   : Tớ thực tế đấy [2] . Chỉ trong vòng một tuần lễ là cô ta sẽ không còn nhớ tên cậu ta nữa.

MICHAEL : Thôi đi, Pedro ? [3]

PEDRO   : Tớ sẽ cá với bồ . Bao nhiêu ? Năm đô-la nhé?

MICHAEL : Đồng ý. Cá năm đô-la. Bắt tay một cái nào!

[Hai người bắt tay]

---

(1) *...as if there were no tomorrow* : như thế là không có ngày mai,hôm nay là ngày cuối cùng. (Ở đây *Pedro* nói thái quá để nói rằng tình yêu của *Miguel* và *Maria* là cái gì kỳ cục đối với anh ta.

(2) *Realistic* hàm ý *I'm realistic*

(3) *Come on* : (một cách dùng đặc biệt của người Mỹ):Thôi đi, nào nào. Bạn không thực sự tin điều đó.(Bạn nói như thế là để nói thôi, đó là một cách nói thôi, chứ thực sự bạn không tin như thế.)

GRAMMATICAL PREVIEW

Like and **as if** indicate "how" or "in what manner?"

A. *Like* comes before a noun phrase.

    Example: Marta and Miguel act *like teenagers in love*.

B. *As if* is followed by a clause. (subject–verb–object)

    1. In the indicative, if it is true or probably true.
        Example : They act *as if* they *are in love.*
            (They probably are in love.)

    2. In the subjunctive, if it is untrue.
        Example : They act *as if* they *were teenagers in*
            love. (They are not teenagers.)

NOTE : In *informal speech,* many people use "like" before
        a clause instead of "as if".
Example: *They act like they're in love.*

ÔN TRƯỚC NGỮ PHÁP

Like v à **as if** có nghĩa là " *how* " (như thế nào) hay là
" *in what manner ?* " (theo cách như thế nào?).

A. **Like** được dùng trước một nhóm từ danh từ (noun
   phrase).
   Thí dụ : Marta and Miguel act **like** *teenagers in love*
   (Marta và Miguel hành động như là những
   thanh thiếu niên đang yêu)
   [*teenagers in love : là một noun phrase*]

B. **As if :** Theo sau *as if* là một mệnh đề
   (=Subject–Verb–Object)

   1. Động từ ở phía sau *as if* ở *indicative mood* (trực
      thái cách) nếu động từ đó chỉ điều đúng với sự
      thực, hoặc có lẽ đúng với sự thực.
      Thí dụ : They act *as if* they *are in love*.
      (Họ hành động như thể là họ đang yêu)
      (có lẽ họ đang yêu thật)

   2. Động từ ở phía sau *as if* ở *subjunctive mood*
      (bàng thái cách) nếu động từ đó chỉ điều không
      đúng sự thực.
      Thí dụ :They act *as if* they *were* teenagers in love.
      (Họ hành động như là những thanh thiếu
      niên đang yêu). [Họ thực sự không phải là
      những thanh thiếu niên]

NOTE : Trong *tiếng Anh không chính thống , tự nhiên*
   (informal English), nhiều người dùng " *like*"
   trước một mệnh đề, thay vì " *as if* ".
   Thí dụ : They act *like* they're in love.

SUBSTITUTION DRILLS

1. How are you **doing?**
> **feeling?**
> **coming along with your project?**
> **getting along with your new roommate?**
> **managing without a job?**

2. I just wanted to **stop by.**
> **drop by.**
> **drop over.**
> **come over.**
> **stop in.**
> **drop in.**

BÀI LUYỆN NGỮ THAY THẾ

1. **Anh mạnh khỏe**   **như thế nào?**
   Anh cảm thấy
   Anh tiến hành kế hoạch
   Anh chung sống hòa đồng với người
      bạn mới cùng phòng
   Không có việc làm, anh xoay sở

2. Tôi chỉ muốn **ghé tạt vào một chút** . [1]

           ghé tạt vào thăm một chút. [2]

           ghé tạt vào thăm một chút. [2]

           nhân tiện ghé qua thăm một chút. [3]

           ghé tạt vào một chút. [1]

           nhân tiện ghé qua thăm một chút. [2]

[1] to stop by/to/off/over: ghé tạt vào, dừng lại (khi đi tàu) để ghé vào.
[2] to drop by/over/in/at/in on: Viếng thăm bất chợt (to visit casually)
      Ex. : Drop in on us when you next visit Ho Chi Minh City.
[3] to come over/round/across: Viếng thăm bất chợt (to visit casually.)

3. Come on **in**.

      by.

      over.

      along.

4. Sounds **good.**

      like a good idea.

      like fun.

      awful.

      pretty dull.

5. They act like **teenagers in love.**

      puppy dogs.

      Romeo and Juliet.

      lovebirds.

6. They look as if they're **in love.**

      having a good time.

      happy.

3. Hãy vào đây một tí đi. [1]

      tạt vào đây một tí đi.

      tạt vào hỏi thăm một tí đi.

      vào đây một tí đi (đi nào).

4. (Điều đó) nghe có vẻ hay đó. [2]

        là một ý kiến hay đó.

        vui vui đó.

        kinh khủng đó.

        khá chán đó.

5. Họ hành động như những thanh thiếu niên choai choai đang yêu,

        những con chó con.

        Romeo và Juliet, [3]

        những con chim gù nhau.

6. Họ trông có vẻ như họ đang yêu.

        đang vui vẻ.

        đang hạnh phúc.

---

[1] come on in = xin mời vào, xin *theo tôi* vào đây. *To come on* = to follow (theo). Lời chủ nhà nói với khách "Hãy theo *tôi vào đây*".

[2] Câu này là *văn nói*, nên ngắn gọn, đáng lẽ phải có chủ từ: It/that sounds good.

[3] Romeo and Juliet: tên hai nhân vật trong một vở kịch cùng tên của Shakespeare, kịch tác-gia người Anh. Romeo và Juliet yêu nhau nhưng vì sự thù nghịch của hai gia đình họ không thành hôn với nhau được. Cuối cùng họ chọn cái chết để kết thúc một mối tình không có lối thoát.

7. They cling to each other as if there were no tomorrow.

as though they couldn't say goodbye.

it were the end of the world.

they were never going to see each other again.

8. I need a five-doolar bill.

two ten-cent stamps.

a five-minute break.

a two-week vacation.

a three-week extension.

three fifty-watt light bulbs for this lamp.

7. Họ bám lấy nhau   như thể là

         không có ngày mai.

         họ không thể nào từ biệt nhau được.

         (hôm nay) là ngày tận thế.

         họ không bao giờ gặp lại nhau được.

8. Tôi cần **một tờ giấy bạc 5 đô-la.** [1]

         hai con tem 10 xu.

         nghỉ giải lao 5 phút.

         một kỳ nghỉ hai tuần.

         một lần gia hạn ba tuần.

         ba bóng đèn 50 watt cho cái đèn này.

---

[1] Trong câu này những từ như *"five-dollar"* đều là tính từ kép, nên không có –s, tức là không mang hình thức số nhiều.

2. **It looks as if it's going to rain.**

It seems	we won't see each other for a long time.
He looks	he's having a good time.
I feel	I'm coming down with a cold.
It sounds	they're having a party next door.

3. **The taxi driver** *sounded* **his horn repeatedly.**

The chef *tasted* the soup carefully.

The doctor *felt* Ali's arm gently.

I carefully *smelled* the milk to see if it was fresh.

Michael *looked at* his apartment proudly.

It *sounded* loud.

tasted salty.

felt broken.

smelled good.

looked clean.

2 (Trời) **có vẻ như là sắp mưa.**

       dường   lâu lắm chúng ta mới gặp lại

                      nhau.[1]

Anh ấy trông có vẻ đang có gì vui lắm.

Tôi cảm thấy   đang bị một cơn cảm lạnh.

Nghe hình   người ta đang tổ chức một buổi

                     tiệc cạnh nhà.

3. **Người tài xế taxi** *nhấn còi* **liên tục.** [2]

   Người đầu bếp chính *nếm* **món xúp một cách cẩn**

      thận.

   Người bác sĩ,*rờ* **cánh tay Ali một cách nhẹ nhàng.**

   Tôi cẩn thận *ngửi* **sữa xem nó có tươi không.**

   Michael *nhìn* **căn hộ chung cư của anh ta một cách**

      hãnh diện.

                Cái còi *kêu* **to**

                Món xúp *có vị* **mặn.**

                Cái tay *rờ thì thấy* **gầy.**

                Sữa *ngửi thì thấy* **ngon.**

                Căn hộ *trông có vẻ* **sạch cẽ.**

---

[1] Dường như chúng ta không gặp lại nhau trong một thời gian lâu.
[2] *Ghi chú cho cả câu 3:* Trong mỗi cặp câu của phần này, động từ trong câu này đều có *túc từ*, sau động từ trong câu thứ nhì là *tĩnh từ*.

CONNECTED DRILLS

1. Miguel and Marta	act	like teenagers in love.
They	act	lovebirds.
Paulo	works	a horse/a dog.
Joana	eats	a bird.
Marta	sings	a lark.
Pedro	sleeps	a log.
Ali	swims	a fish.
Henry	runs around	a chicken without a head.
The engine	purrs	a kitten.
March	comes in	a lion and goes out like a lamb.
Your hands	feel	ice.
His skin	looks	leather.

BÀI LUYỆN NGỮ LIÊN KẾT

1. **Miguel và Marta hành động như những thanh thiếu niên choai choai đang yêu.**

Họ	hành động	những con chim gù nhau.
Paulo	làm việc	một con ngựa /con chó.[1]
Joana	ăn	một con chim.
Marta	hát	một con chim sơn ca. (=hát hay)
Pedro	ngủ	một khúc gỗ. (=ngủ say)
Ali	bơi	một con cá.(=bơi giỏi)
Henry	chạy loanh quoanh	con gà con không có đầu.[2]
Cái máy	kêu rừ rừ	con mèo con. [3]
Tháng ba	đi vào	một con sư tử và đi ra như một con cừu non.[4]
Bàn tay của anh rờ		thì lạnh như nước đá.
Da của anh ấy trông		thật là thô kệch (như da thuộc).

[1] *Làm việc quần quật không biết mệt*: to work like a manchine, to work like a horse.

[2] Ý nói: Henry lúc nào cũng bận rộn, không bao giờ ngồi yên chỗ, có thể dịch là Henry chạy quanh như gà mắc đẻ.

[3] *Kitten*: mèo con, *puppy*: chó con, [pʌpɪ].

[4] Câu này có nghĩa là tháng ba bắt đầu trời còn lạnh dữ dội. Cuối tháng ba mùa xuân đến thật hiền.

EXERCISES

1. Fill in the right word.

Example : Roses smell.................(good/well)
            Roses smell good.

a. This stew tastes.................(delicious/deliciously)
b. You look very...............in that dress.(good/well)
c. This perfume smells..............(sweet/sweetly)
d. Please look at this painting.............................
                              (careful/carefully)
e. That idea sounds...
                        (wonderful/wonderfully)
f. The chef tasted his new creation.......................
                          (proud/proudly)
g. She feels.........to day because her vacation is
    over.*(sad/sadly)*
h. The lights were off so we felt our way around the
    room..........*(slow/slowly)*

BÀI TẬP

1. Thêm từ đúng vào chỗ trống :

Thí dụ : Roses smell   *(good/well)*
           Roses smell good.(Hoa hồng có mùi thơm)

a. This stew *tastes* delicious.
   (Món ra –gu nầy có vị ngon)
b. You look very *good* in that dress.
   (Chị mặc cái áo đầm đó thì đẹp)
c. This perfume smells *sweet*.
   (Nước hoa nầy có mùi thơm)
d. Please look at this painting *carefully*.
e. That idea sounds *wonderful*.
   (Ý đó nghe có vẻ tuyệt diệu)
f. The chef tasted his new creation *proundly*.
   (Người đầu bếp chính nếm cái món ăn mới
   sáng chế của anh ta một cách hãnh diện)
g. She feels *sad* today because her vacation is over.
   (Hôm nay cô ta cảm thấy buồn vì kỳ nghỉ hè của
   cô ta qua rồi)
h. The lights were off so we felt our way around the
   room *slowly* (Đèn đều tắt , vì thế chúng tôi dò
   dẫm bước đi ở trong phòng)

2. Make a comparison with "like" to form a common
   expression.

> **Example :** Joana eats very little. *(a bird)*
> *Joana eats like a bird.*

a. The water in the lake feels very cold. *(ice)*.

b. You swim very well. *(a fish)*

c. Paulo works too hard. *(a dog)*

d. I stayed in the sun too long. My skin doesn't
   feel soft. *(leather)*

e. My sister always runs around busily. *(a chicken
   without a head)*

f. Marta sings beautifully. *(a lark)*

2. Viết một thể so sánh với từ " **like** " để tạo nên một từ ngữ phổ thông.

Thí dụ : Joana eats *like a bird.* (Joana ăn như chim)

a. The water in the lake *feels like ice.*

(nước trong hồ [lạnh] như nước đá).

b. You *swim like a fish.* (anh bơi [giỏi] như cá)

c. Paulo *works like a dog.*

(Paulo làm việc[vất vả]như chó)

d. I stayed in the sun too long. My skin *feels like leather.* (Tôi phơi nắng lâu quá. Da của tôi thô nhám)

e. My sister always *runs around like a chicken without a head.* (Chị tôi luôn luôn chạy loanh quanh bận rộn như gà con không có đầu [gà mái đẻ])

f. Marta *sings like a lark.*

(Marta hát [hay] như chim sơn ca)

Ghi chú cho Bài tập 1
Động từ trong các câu a (tastes), b(book), c(smell), **e(sounds)**, g (feels) là những *linking verbs* , cho nên phía sau, ta phải dùng *adjective*, chứ không dùng *adverb*.

3. Use " as if " or " like" to complete the sentences

Examples :   1. He dresses .... a millionaire.

He dresses like a millionaire.

2. He dresses ....he had a million
dollars.

*He dresses as if he had a million
dollars.*

a. Michael used to act .... he didn't know
Pedro.

b. March comes in .... a lion and goes out
a lamb.

c. Joana and Paulo dance .... professionals.

d. Some people drive .... they owned the road.

e. Miguel and Marta act .... two lovebirds.

f. Miguel acts .... leaving Marta were the end of
the world.

g. You look .... you need a good night's sleep.

h. I know it's still April, but it already seems
summer.

i. The butter tastes .... it has been in the
refrigerator for a long time.

3. Dùng **as if** hoặc **like** để làm trọn nghĩa các câu sau đây :

Thí dụ : 1. He dresses *like* a millionaire.
(Ông ta ăn mặc như một nhà triệu phú)
Sau *like* là một danh từ.

2. He dresses *as if* he had a million dollars.
(Ông ta ăn mặc như thể là ông ta có một triệu đô–la)
Sau *as if* là một mệnh đề

a. Michael used to act *as if* he didn't know Pedro

b. March comes in *like* a lion and goes out *like* a lamb.

c. Joana and Pedro dance *like* professionals.
(Người khiêu vũ chuyên nghiệp)

d. Some people drive *as if* they owned the road.
(Một số người lái xe như thể đường sá là của riêng họ)

e. Miguel and Marta act *like* two love birds.

f. Miguel acts *as if* leaving Marta were the end of the world. (Miguel hành động như thể là rời Marta ra thì sẽ tận thế)

g. You look *as if* you need a good night's sleep.

h. I know it's still April, but it already seems **like** summer.

i. The butter tastes *as if* it has been in the refrigerator for a long time.

4. Choose the right form of the verb to complete the sentence.

Examples : 1. (*is/were*) It looks as if Michael _ _ _ _ _ _ _ _ _ entering the art competi-tion . (... and there's a strong possibility that he is.)

It looks as if Michael is entering the art competition.

2. (*is/were*) Mr. Nikzad acts as if Hussein .... a genius.(...but Hussein really isn't.)

Mr. Nikzad acts as if Hussein were a genius.

4. Chọn tiếng đúng để điền vào câu.

Thí dụ : 1. It looks as if Michael *is* entering the art
competition. (*is/were*)

(Dường như là Michael sẽ tham dự vào
cuộc tranh giải hội họa)

Ta chọn *is*, thì *simple present*, vì việc tham
dự cuộc tranh giải của Michael có thể
trở thành sự thực)

2. Mr. Nikzad acts as if Hussein *were* a
genius. (*is/were*)

(Ông Nikzad hành động như thể Hussein
là một thiên tài)

Ta chọn *were*, *past subjunctive*, vì sự
kiện Hussein là một thiên tài khó có
thể trở thành sự thực

a. (*is/were*) Peggy acts as if she............ the Queen of England. (...but she really isn't the Queen of England.)

b. (*is/were*) It looks as if it .... going to rain any minute. (... and it probably is going to rain any minute.)

c. (*knows/knew*) He talks as if he .... a lot of famous actors and actresses. (... but he really doesn't know any.)

d. (*has/had*) The dog walks as if he .... a broken leg. (...and he probably does have a . broken leg.)

e. (*is/were*) The new secretary behaves as if he ....the office manager. (but he isn't the office manager.)

f. (*doesn't/didn't*) Mr. Crawford act as if he .... know me. (We really know each other quite well)

5. Fill in the blanks in the sentences below.

Example : I'm going to take a break for **five minutes**
I'm going to take a .... break.
I'm going to take a <u>five-minute</u> break.

a. Peggy acts as if she *were* the Queen of England
   (...nhưng thực ra Peggy không phải là nữ hoàng
   của Anh quốc)

b. It look as if it *is* going to rain any minute.
   (...và có thể trời sẽ mưa bất cứ lúc nào)

c. He talks as if he *knew* a lot of famous actors and
   actresses.
   (...nhưng thực ra anh ta không biết ai hết)

d. The dog walk as if he *has* a broken leg.
   (...và có lẽ con chó có cái chân bị gẫy thật)

e. The new secretary behaves as if he *were* the
   office manager, (...nhưng thực ra anh ta không
   phải là người quản đốc)

f. Mr. Crawford acts as if he *didn't* know me.
   (Sự thực ra chúng tôi biết nhau rất rõ)

5. Điền vào chỗ trống các câu dưới đây:

   Thí dụ: I'm going to take a break for *five minutes*
   I'm going to take a *five-minute* break.
   (Tôi sẽ nghỉ giải lao năm phút)

a. It takes **fifteen minutes** to walk from my house to the train station. It's a .... walk from my house to the train station.

b. The Monteros live in a building that has **twelve stories.** They live in a .... building.

c. We live in a house for **two families** . We live in a .... house.

d. I'm going to take a break for **ten minutes.** I'm going to take a ....– break.

e. This lamps needs two bulbs that use **100 watts** each. This lamp needs two .... bulbs.

f. Ali is **six years old.** He's a .... boy.

g. That building is **ten stories** high. It's a .... building.

h. It will take **two men** to do that job. It's a ....job.

i. Michael is only interested in **one woman.** I guess Michael is a .... man.

j. I'm going to take **three days** off this weekend. I'm going to take a .... weekend.

a. It takes *fifteen minutes* to walk from my house
to the train station.

It's a *fifteen-minute* walk from my house to
the train station.

b. The Monteros live in a building that has *twelve
stories.*

They live in a *twelve-story* building
(or twelve-storey building)

c. We live in a house for *two families.*

We live in a *two-family* house.

d. I'm going to take a break for *ten minutes.*

I'm going to take a *ten-minute* break.

e. This lamp needs two bulbs that use *100 watts*
each.

This lamp needs two *100-watt* bulbs.

f. Ali is *six years* old. He's a *six-year-old* boy.

g. That building is *ten stories* high.

It's a *ten-story* (ten-storey) building.

h. It will take *two men* to do that job

It's a *two-man* job.

i. Michael is only interested in *one woman.*

I guess Michael is a *one-woman* man.

j. I'm going to take *three days* off this weekend

I'm going to take a *three-day* this weekend.

Ghi chú cho cả bài tập 5:
Trong bài tập này, các tính từ kép đều ở hình thức số *ít,* vì trong
Anh ngữ tính từ không mang hình thức *giống cái* và số nhiều.

LESSON 2

699 MICHAEL : You take your coffee black, right ?

     PEDRO : Right, thanks.

700 MICHAEL : I have a favor to ask.

     PEDRO : What is it ?

701 MICHAEL : I'm entering an art competition , and I'd like to use your name.

     PEDRO : What do you mean ?

     MICHAEL : I don't wand my father to know I'm entering the competition.

     PEDRO : O.K. if you want it that way . You finish the painting, and I'll be happy
702   to sign my name. I love to see an artist working.702

703 MICHAEL : Here's the brochure . They call the contest " Young Artists'Competition ".
              [*Pedro reads the brochure* .]

     PEDRO : Money, Brazil , *and* Joana ! Did they design this contest especially for you? Good luck. Are you submitting some— thing new ?

PHẦN 2

MICHAEL : Bồ uống cà phê đen không đường, phải
                 không ? [1]

PEDRO   : Phải rồi, cám ơn bồ.

MICHAEL : Tớ muốn xin bồ một đặc ân.

PEDRO   : Đặc ân gì vậy ?

MICHAEL : Tớ sẽ dự thi hội họa, và tớ muốn dùng
                 tên của bồ để tranh giải.

PEDRO   : Bồ muốn nói gì ?

MICHAEL : Tớ không muốn bố của tớ biết là tớ sẽ dự thi.

PEODRO : Đồng ý . Nếu bồ muốn thế thì cũng được .
                 Khi bồ vẽ xong tranh, thì tớ sẽ rất lấy làm
                 vui sướng mà ký tên tớ. Tớ thích thấy
                 họa sĩ vẽ.

MICHAEL : Đây là cuốn sách chỉ dẫn. Người ta gọi cuộc
                 thi nầy là " Cuộc tranh giải của các
                 họa sĩ trẻ ".
                 [Pedro đọc sách chỉ dẫn .]

PEDRO   : Tiền bạc , nước Bra–xin và Joana. Có phải
                 người ta trù định cuộc tranh tài nầy đặc
                 biệt là cho bồ hay không ? Chúc bồ may
                 mắn. Có phải bồ sẽ nộp cái gì mới mới để
                 dự thi không ?

(1) I drink my coffee black: Tôi uống cà phê không. (Không bỏ đường, cũng không
     bỏ kem vào)

MICHAEL : Yes.
PEDRO   : May I see it ?
704 MICHAEL : There's nothing to see . I've finished painting my canvas white, and now I'm stuck.704 May be I need a break. Have you had dinner yet ?
PEDRO   : No.
MICHAEL : I haven't , either. Do you want to go downtown ?
PEDRO   : I'm broke.
705 MICHAEL : O.K. I'll call that place around the corner and have them deliver a pizza.705 How's that?
PEDRO   : Fine.

MICHAEL : Phải rồi.

PEDRO : Tớ xem có được không ?

MICHAEL : Không có gì để xem cả. Tớ mới vừa sơn vải bố màu trắng , và bây giờ tớ bí không biết vẽ cái gì. Có lẽ tớ cần nghỉ giải lao. Bồ ăn tối chưa ?

PEDRO : Chưa.

MICHAEL : Tớ cũng chưa. Bồ có muốn đi xuống phố không ?

PEDRO : Tớ nhẵn túi rồi.

MICHAEL : Được rồi. Tớ sẽ gọi điện thoại cho cái chỗ ở góc đường đây và bảo họ mang bánh pizza[1] cho chúng ta. Bồ nghĩ sao ?

PEDRO : Tốt lắm.

---

(1) Pizza: món bánh của người Ý làm bằng bột mì nướng mềm trên khay tròn lớn, trên có thịt băm và sốt cà chua

GRAMMATICAL PREVIEW

Verb or Noun Phrases after an Object.

A. Generally, these verb phrases can use either the *-ing* form or the *base* form of the verb.

> **Examples :** 1. I love to see *an artist* **working** .
> 2. I love to see *an artist* **work.**
> 3. I watched *him* **working.**
> 4. I watched *him* **work.**

B. Sometimes the main verb forces you to use the *base* form , or the *-ing* form , or the *infinitive* of the second verb.

> **Example 1 :** *base* form
> make
> let   } someone do something
> have   (*them* **deliver a pizza**)
> help *

> **Example 2 :** *-ing* form
> found   } someone(or something)
> caught   do*ing* something
> imagined   (*my children* **watching**
> left   **television**.)

* You can use the base form *or* infinitive after *help.*

ÔN TRƯỚC NGỮ PHÁP

Verb or Noun Phrases after an Object.

A. Thường thường, những động từ đứng sau túc từ loại nầy thì hoặc ở *thể - ing* hoặc ở *thể nguyên mẫu không "to"*

Thí dụ : 1. I love to see an artist **working**.

2. I love to see an artist **work.**
   (Tôi thích xem một họa sĩ vẽ)

3. I watched him **working**.

4. I watched him **work**.
   (Tôi xem anh ta làm việc)

B. Đôi khi *động từ chính* bắt buộc bạn phải dùng *thể nguyên mẫu không " to"* (base form), *thể - ing* hoặc *thể nguyên mẫu có "to"* (the infinitive) của động từ thứ nhì.

Thí dụ 1: Động từ sau túc từ ở *thể nguyên mẫu không TO* (base form)

make (bắt)	someone **do** something.
let (để)	(ai làm một việc gì).
have (sai, nhờ, bảo)	(them deliver a pizza)
help (giúp)[1]	

Thí dụ 2 : Động từ sau túc từ ở *thể - ing*.

found (thấy)	someone (*or* something)
caught (bắt gặp)	**doing** something
imagine (tưởng	(ai đang làm việc gì).
tượng, nghĩ)	(my children watching
left (để) [2]	television)

(1) Động từ help dùng theo hai lối: *to help someone* **do** *something* ; *to help someone* **to do** *something.*

(2) Leave sb.doing sth: (cause to remain in a certain place or condition: để ai làm gì)

Example 3 : *infinitive*

ask
told
want
would like
help [1]
taught
reminded

someone *to do* something
(him to type a letter)

---

[1] You can use the base form *or* infinitive after *help*.

Thí dụ 3 : Động từ sau túc từ ở *thể nguyên mẫu có to*

ask (yêu cầu)
told (bảo)
want (muốn) } someone **to do** something
would, like(muốn) (ai làm một việc gì)
help (giúp) (1) (him to type a letter)
taught (dạy)
reminded (nhắc nhở)

SUBSTITUTION DRILLS

1. I'd tike to use **your name**.
              use a pseudonym.
              go under a fictitious name.
              conceal my identity.
              remain anonymous.

2. I like *to see* **an artist work**ing.
              a fire burn*ing*. (in the fireplace)
              a plane tak*ing* off
              the sun sett*ing*.
              snow fall*ing*.

3. I like *to see* **an artist** *work*.
              a fire *burn*.
              a plane *take off*.
              the sun *set*.
              snow *fall*.

4. I **saw**   Pedro whisper*ing* something to Michael.
      heard
      noticed
      watched

5. I **saw**   Pedro *whisper* something to Michael.
      heard
      watched
      listened to

6. I *smelled* **something burn**ing.
       imagined someone climb*ing* in the window.
       found the children play*ing* in the basement.
       felt the wind blow*ing* through my hair.
       heard the phone ring*ing*.
       left my coat ly*ing* on the bed.

BÀI LUYỆN NGỮ THAY THẾ

1. Tôi muốn **dung tên của anh.** [1]
   dùng biệt danh của anh.
   hành động dưới một cái tên giả.
   che giấu danh tánh tôi.
   vẫn ở trong tình trạng ẩn danh.

2. Tôi thích xem **một họa sĩ đang vẽ.** [2]
   lửa đang cháy (trong lò sưởi).
   một phi cơ đang cất cánh.
   mặt trời đang lặn.
   tuyết đang rơi.

3. Tôi thích xem **một họa sĩ vẽ.** [3]
   lửa cháy.
   phi cơ cất cánh.
   mặt trời lặn.
   tuyết rơi.

4. Tôi thấy **Pedro đang thì thầm cái gì đó với Michael.** [4]
   nghe thấy
   nhận thấy
   trông chừng

5. Tôi thấy **Pedro thì thầm cái gì đó với Michael.** [5]
   nghe.
   trông chừng.
   lắng nghe.

6. Tôi **ngửi thấy cái gì đó đang cháy khét.**
   tưởng tượng nghĩ có ai đó đang trèo vào cửa sổ.
   bắt gặp mấy đứa trẻ đang chơi ở tầng dưới mặt đất .
   cảm thấy gió thổi lùa qua tóc tôi.
   nghe điện thoại reo .
   để cái áo khoác của tôi nằm trên giường.

[1] [2] [3] Trong câu (1) *would like* có nghĩa là *muốn*. Trong câu (2) và (3) *like* có nghĩa là *thích*.

[4] [5] Trong câu (4) và (5) có các *động từ chỉ giác quan* (verb of perception) và theo công thức sau đây :

Verb of perception + *Object* $\begin{cases} \textit{bare infinitive} \text{ hoặc} \\ \text{Verb (ing)} \end{cases}$

7.They *call* **the contest** " *Young Artists' Competition* ".

consider Michael *an up-and-coming painter.*

are naming their daughter *Jennifer.*

are making Bill's friend *Commissioner of Police.*

call a person who writes a book *an author.*

8.I *painted* **my canvas** *white.*

made the tea *weak.*

openned the windows *wide.*

slammed the door *shut.*

scrubbed the bathroom *clear.*

9. Pedro **takes his coffee** *black.*

likes his steak *rare.*

keeps his room *dirty.*

considers himself *a ladies'man.*

10. I'll *have* **them deliver a pizza.**

the barber cut my hair.

the secretary type the letters.

him take my picture.

7. Họ *gọi* **cuộc tranh thi này là** " *Cuộc Thi Của Các Họa sĩ Trẻ* " .(1)

   Họ xem Michael như **là** một họa sĩ đang lên.

   Họ đặt tên con gái của họ **là** *"Jennifer"*.

   Họ đang cử bạn của Bill **làm** Chánh sở cảnh sát.

   Người ta gọi một người viết sách **là** tác giả.

8. Tôi *sơn* **khung vải bố màu trắng.** (2)

   Tôi *pha* trà lợt.

   Tôi *mở* toang cửa sổ ra.

   Tôi *đóng* sầm cửa lại.

   Tôi *chà* cọ cái phòng tắm cho sạch.

9. Pedro **uống cà phê không (bỏ đường và kem).**(2)

   thích thịt bò bít tết tái.

   lúc nào cũng làm cho cái phòng của anh ấy dợ.

   tự xem anh ta như là người đàn ông đào hoa.

10. Tôi **sẽ bảo người ta đưa lại bánh pizza.**

    người thợ hớt tóc cắt tóc tôi.

    người thư ký đánh máy những lá thư.

    anh ấy chụp ảnh tôi.

---

(1) Trong câu tiếng Việt, ta có từ *là* và *làm,*, nhưng câu tiếng Anh không có *be* và *do*. Mẫu câu tiếng Anh là: Verb + Object + Objective complement.

(2) Mẫu câu tiếng Anh là: Verb + Object + Adjective (objective complement).

11 I'll **have** him take my picture.

    let

    make

12. I'll ask **them** *to* **deliver a pizza.**

       the barber *to* cut my hair.

       the secretary *to* type the letters.

       him *to* take my picture.

13. **I'll ask** him *to* cut my hair.

    I'll tell

    I want

    I'd like

    I'll teach

14. I have a **favor to ask.**

      confession to make.

      letter to mail.

      job to finish.

11. Tôi sẽ **bảo anh ta chụp ảnh tôi.**

      để

      bắt(khiến)

12. Tôi sẽ yêu cầu **họ đưa lại bánh Pizza.**

        người thợ hớt tóc hớt tóc tôi.

        người thư ký đánh máy đánh máy

          những lá thư.

        anh ta chụp ảnh tôi.

13. **Tôi sẽ yêu cầu anh ta cắt tóc tôi.**

   Tôi sẽ bảo

   Tôi muốn

   Tôi muốn

   Tôi dạy

14. Tôi **cần xin một ân huệ.**

      cần thú nhận một việc.

      có một lá thư phải gửi đi.

      có một công việc phải làm xong.

EXERCISES

1. Join the statements as in the example.

Example : Joana and Michael watched the sun. It
was setting.

Joana and Michael watched the sun setting.

a. We smelled the toast. It was burning.
b. Bill watched the suspects. They were walking
back and forth in forth in front of the bank.
c. Miguel can imagine his mother. She is waitting
impatiently for him to come home.

d. Nora left the breakfast dishes. They were sitting
in the kitchen sink.
e. The O'Neill children found a note. It was lying
on the dining room table.
f. We heard the rain. It was falling on the roof.
g. We could feel the sun. It was getting hotter **and**
hotter.
h. I saw Suzy. She was taking an exam.

BÀI TẬP

1. Nối liền những câu lại như trong thí dụ :

Thí dụ : Joana và Michael ngắm mặt trời lặn.

a. We smelled the toast *burning.*

b. Bill watched the suspects *walking back and forth in front of the bank.*
(Bill theo dõi những kẻ khả nghi đi tới đi lui trước ngân hàng).

c. Miguel can imagine his mother *waiting impatiently* for him to come home.
(Miguel có thể hình dung mẹ anh ta đang sốt ruột đợi anh ta trở về nhà).

d. Nora left the breakfast dishes *sitting in the kitchen sink.*
(Nora để chén dĩa của bữa ăn sáng ngổn ngang trong bồn rửa chén trong nhà bếp.)

e. The O'Neill children found a note *lying on the dining room table.*

f. We heard the rain *falling on the roof.*

g. We could feel the sun *getting hotter and hotter.*

h. We saw Suzy *taking an exam.*

Ghi chú : Bài tập này theo mẫu câu :
Verb + Object + Verb(ing).

2. Join the statements as in the example.

> **Example :** Pedro whispered something to Michael.
> I saw him do it.
> *I saw Pedro whisper something to Michael.*

a. The cool air blew through the room. I felt it.

b. The doorbell rang. I heard it.

c. The team practiced. I watched.

d. Miguel got into a car. I noticed.

e. The plane landed. I saw it.

3. Answer the following questions as in the examples.

> **Examples :** 1. Did Michael paint his canvas ?
> (Yes/white)
> *Yes. He painted it white.*
> 2. Do you take your coffee with cream
> and sugar ? (No/black)
> *No. I take it black.*

a. Did the Nikzads paint their apartment ?
   (Yes/sky blue).

b. Does Claire find it easy to work for Mr. Craw-
   ford ? *(No/difficult).*

c. Do you want me to cut your hair ? *(Yes/short).*

d. Do you like your steak well—done ? *(No/rare).*

e. Did Peggy scrub the sink ? *(Yes/clean)*

f. Did Nora find the house clean ? *(No/messy).*

g. Do you like your tea strong ? *(No/weak).*

2. Nối những câu sau đây lại, như trong thí dụ mẫu.

Thí dụ : Tôi thấy Pedro thì thầm điều gì đó với Michael.

a. I felt the cool air *blow through the room.*

b. I heard the doorbell *ring.*

c. I watch the team *pratice.*

d. I noticed Miguel *get into a car.*

e. I saw the plane *land.*

Ghi chú :   Bài tập này theo mẫu câu :

> Verb of perception + Object + bare infinitive

3. Trả lời những câu hỏi sau đây như trong thí dụ mẫu:

Thí dụ :   1. Michael có sơn khung vải không ?

–Vâng có. Anh ta sơn nó màu trắng.

2. Anh uống cà phê có bỏ kem và đường không ?

–Không. Tôi uống cà phê không.

a. Did the Nikzads paint their apartment ?

–Yes, they painted it *sky-blue.* (=xanh da trời).

b. Does Claire find it easy to work for Mr.Crawford?

–No, she finds it difficult to work for him.

c.Do you want me to cut your hair ?

–Yes,I want you to cut it short.

d.Do you like your steak *well-done* ?(=chín).

–No,I want it *rare*(=tái).

e.Did Peggy scrub the sink ?

–Yes,she scrubbed it clean.

f.Did Nora find the house clean ?

–No,she found it *messy*(=bừa bãi).

g.Do you like your tea *strong* ?(=đậm)

–No,I like it *weak*(=lợt).

*Ghi chú :*Các câu trả lời trong bài này theo mẫu câu:

> Verb + Object + Adjective(Objective complement)

4. Answer the following questions.

Example : What do many people consider Michael ?
   (an up-and-coming painter)
   They consider him an up-and-coming painter.

a. What did Mrs. Nikzad call Ali in Book 3 ?
   (my little Martian)
b. What did the baseball team name Jack ?
   (Player of the Year)
c. What is Suzy going to name her new kitten ?
   (Green Eyes)
d. What do you call a fictitious name that an author uses ? *(pseudonym)*
e. What does Bill call Bill, Jr ? *(Billy)*
f. What did the Brazilian Pavilion name the contest? *(Young Artists'Competition)*

5. Choose the correct form of the verb.

Example : I'll **have** Claire .... this letter.
   (type, to type)
   I'll have Claire type this letter.

4. Trả lời những câu hỏi sau đây:

Thí dụ : Nhiều người xem Michael như là gì ?

Họ xem Michael như là một họa sĩ đang lên.

a. She *called* Ali " my little Martian " in book 3.

b. The baseball team *named* Jack *Player of the year.*

(người đấu thủ xuất sắc trong năm).

c. Suzy is going *to name* her new kitten "Green Eyes"

d. I *call* it " pseudonym "

e. Bill *calls* Bill Jr. " Bill "

f. The Brazilian Pavillion *named* the contest "Young Artists'Competition ".

Ghi chú : Hai động từ quyết định mẫu câu này là call, name, và mẫu câu là:

VERB + OBJECT + OBJECTIVE COMPLEMENT

5. Chọn hình thức đúng của động từ.

Thí dụ : I'll have Claire *type* this letter. *(type, to type)*

(Tôi sẽ nhờ Claire đánh máy lá thư này)

a. I'll **ask** Claire .... this letter. *(type, to type)*

b. Billy's parents **let** him .... the baseball team *(join, to join)*

c. Pedro's mother **wants** him .... a job. *(get, to get)*

d. Laura's mother **would like** her .... independent. *(be, to be)*

e. Mrs. Farias **had** the taxi driver .... her right to the airport. *(take, to take)*

f. Mr. Crawford **told** his son .... about his future.*(think, to think)*

g. Our supervisor **lets** us .... a ten–minute **break** in the morning. *(take, to take)*

h. I **taught** my dog .... me my slippers. *(bring, to bring)*

i. When I was young, my parents **made** me .... the violin even though I didn't want to. *(practice, to practice)*

j. Mrs. Farias **had** the salesperson .... **the gift** she bought her husband. *(wrap, to wrap)*

a. I'll **ask** Claire to *type* this letter.

b. Billy's parents **let** him *join* the baseball team.

   (to join: gia nhập)

c. Pedro's mother **wants** him *to get* a job.

d. Laura's mother **would like** her *to be* independent.

e. Mrs. Farias **had** the taxi driver *take* her right to the airport.

f. Mr. Crawford **told** his son *to think* about his future.

g. Our supervisor [1] **lets** us *take* a ten-minute break in the morning.

h. I **taught** my dog *to bring me my slippers* (=đôi dép)

i. When I was young, my parents **made** me *practice* the violin even though I didn't want to.

j. Mrs. Farias **had** the salesperson *wrap* the gift she bought her husband.

   (Bà Farias nhờ người bán hàng gói món quà bà ta mua cho chồng bà ta).

---

(1) *Supervisor:* người giám thị, người trưởng toán, người kiểm soát.

UNIT 41
Sleepless Nights

LESSON 1

JOANA	:	How's the painting coming ?
706 MICHAEL	:	I don't know. Last night I was up till 3:30 or 4:00, and even though I'm exhausted, I can't sleep.₇₀₆ I haven't been sleeping well for a week.₇₀₇
JOANA	:	That's probably because you're too tense
MICHAEL	:	I don't know *what's* wrong.
708 JOANA	:	Great paintings aren't created overnight. Try to relax.

BÀI 41
Những đêm không ngủ

PHẦN 1

JOANA   : Bức tranh sẽ ra làm sao hả anh ?

MICHAEL   : Anh không biết. Đêm vừa qua, anh thức đến 3g30 hay 4 giờ gì đó, và mặc dù anh rất mệt nhưng anh không thể ngủ được. Anh không ngủ ngon được trong hơn một tuần lễ nay.

JOANA   : Có lẽ do tinh thần anh quá căng thẳng.

MICHAEL   : Anh không biết cái gì gây ra việc không ổn nầy.

JOANA   : Những bức tranh tuyệt tác không phải một sớm một chiều mà sáng tác được đâu. Anh hãy cố mà nghỉ ngơi.

709 MICHAEL : That's easier said than done.

      JOANA : I'm sorry.

      MICHAEL : No, don't apologize.

      JOANA : What's the subject of the painting?

710 MICHAEL : That's the problem. I want to do a portrait.710

      JOANA : Of whom?

      MICHAEL : A woman. A modern woman. But that's

711   all I know. I've been drawing all week, but I don't like anything I've done.711

      JOANA : What's the problem? Do you know?

712 MICHAEL : Me. I'm the problem. I think I'm going

713   stale.712 I've been painting for ten years. 713 I should be able to do better than this.

MICHAEL : Nói dễ hơn là làm.

JOANA   : Em xin lỗi.

MICHAEL : Đừng. Đừng có xin lỗi.

JOANA   : Chủ đề của bức tranh là gì hả anh ?

MICHAEL : Đó là cả một vấn đề. Anh muốn vẽ một bức chân dung.

JOANA   : Chân dung của ai ?

MICHAEL : Một phụ nữ . Một phụ nữ tân thời , nhưng đó là tất cả những gì anh nghĩ tới . Anh đã vẽ suốt tuần , nhưng anh không thích bất cứ cái gì anh đã vẽ được.

JOANA   : Vậy vấn đề khó khăn là gì ? Anh có biết khồng ?

MICHAEL : Là anh . Anh chính là vấn đề khó khăn. Anh nghĩ rằng anh đang trở nên xuống dốc vì đã vẽ quá nhiều.[1] Anh đã vẽ liên tục trong mười năm rồi còn gì ! Đáng lẽ anh phải có thể vẽ hay hơn bức tranh này nữa kia.

---

(1) *To become stale:* (nói về lực sĩ, nhạc sĩ, họa sĩ...): Không còn có thể trình diễn , thực tập, sáng tác thực giỏi được bởi vì đã luyện tập, đã trình diễn, đã sáng tác quá nhiều. Trong bài này *to go stale = to become stale.* (stale nghĩa đen là ôi, cũ, thúi, nghĩa bóng là không có gì mới lạ , không hay nữa)

GRAMMATICAL PREVIEW

1. The Present Perfect Continuous Tense

I *have been* drawing all day.
He *has been*

a. The **present perfect coutinuous** usually indicates
   that the action is still going on The **simple
   present perfect** usually indicates that the action
   is finished.

Examples :   1. *I've read the textbook* usually means
                     "I've finished it."
                 2. *I've been reading the textbook* usually
                     means "I have not finished it yet."

b. Sometimes the meaning of the continuous is so
   similar to the meaning of the simple present per-
   fect that you could say either one.

Example : *I've worked hard all week* and *I've been
              working hard all week.*

ÔN TRƯỚC NGỮ PHÁP

1 Thì Present Perfect Continuous :

I   have been drawing all day.
He has been (Tôi/anh ấy đã vẽ suốt ngày nay)

a. Thì *Present perfect continuous* thường chỉ một
hành động hiện vẫn còn đang tiếp diễn. Thì
Present perfect thường chỉ một hành động đã
chấm dứt.

Thí dụ : 1.*I've read* the textbook.(Thường có nghĩa
là: " Tôi đã đọc xong cuốn sách giáo
khoa rồi ")
2. *I've been reading* the textbook . (Thường
có nghĩa là: " Tôi chưa đọc xong cuốn
sách giáo khoa ")

b. Đôi khi ý nghĩa của thì *Present perfect continuous*
giống với ý nghĩa của thì *Present perfect* cho
đến nỗi mà người ta khó phân biệt được cái
nào với cái nào.

Thí dụ : *I've worked* hard all week.
I've been working hard all week.

2. The Passive Voice

The statements in this book so far have been in the active voice. In the passive voice , the object becomes the subject. The *agent the[old subject] is frequently omitted.

Active : The English Department *gives.* a placement test every semester.

Passive : A placement test *is given* [*by the English Department] every semester.
Placement tests *are given* [*by the English Department] every semester.

The verb in the passive voice is a form of *be* + the past participle.

2. Thể thụ động (the passive voice) [1]

Những câu trong cuốn sách này, từ trước đến giai
đoạn này, đã được dùng theo *Passive Voice* rồi.
Trong thể thụ động, túc từ trở thành chủ từ.
Người hay vật làm hành động (tác nhân) (tức là
chủ từ *cũ* trong câu *Active voice)* thường thường
bị bỏ.

Active : The English Department *gives* a placement
test every semester.
(Ban Anh văn tổ chức kỳ thi trắc nghiệm
để xếp lớp vào mỗi học kỳ)

Passive : A placement test *is given* (by the English
Department) every semester.
Placement test *are given* (by the English
Department) every semester.

(1) Động từ trong thể thụ động là một hình thức của be + past participle (quá khứ phân từ)

SUBSTITUTION DRILLS

1. I've been **painting for ten years**
   working on this painting for weeks.
   working for the same firm for twenty years.
   waiting for Michael since eight o'clock.
   playing the violin since I was five years old.

2. I haven't been **sleeping well**   **for a week.**
   feeling well   lately.
   going out   recently.
   playing much   since school
   tennis   started.
   keeping up with   this year.
   the news

3. **Have** you been **getting much sleep ?**
   Haven't   taking care of yourself ?
   living here a long time ?
   working hard ?
   following the presidential campaign ?

BÀI LUYỆN NGỮ THAY THẾ

1. Tôi đã (và đang) vẽ **trong mười năm nay.**

        vẽ bức tranh này trong nhiều tuần lễ nay.

        làm việc cho cùng một hãng trong hai mươi năm nay.

        đợi Michael từ hồi 8 giờ đến giờ.

        chơi vĩ cầm từ hồi tôi còn bé đến giờ.

2. Tôi không **ngủ ngon**   **trong một tuần lễ nay.**

    thấy khỏe mạnh   mới đây.

    đi chơi   dạo gần đây.

    chơi tennis nhiều   từ lúc tựu trường

                         đến giờ.

    theo dõi kịp mọi

    tin tức   vào năm nay.

3.   **Anh có ngủ được nhiều không?**

  –Anh không có chăm sóc sức khỏe của anh sao?

        sống ở đây lâu sao?

        làm việc vất vả sao?

        theo dõi cuộc vận động tranh cử **Tổng thống sao?**

4. How long   have   **you been waiting for the bus ?**

we been playing tennis ?

Joana and Michael been

dating ?

has   **Michael been painting portraits ?**

it been raining ?

5. **Even though**   I'm exhausted, I can't sleep.

Although

In spite of the fact that.

Despite the fact that

6. Even though I'm exhausted

I can't sleep.

can't leave work until five o'clock.

don't want to go to bed yet.

have too much to do to take a break.

have still managed to straighten up

the apartment.

4. Anh đã đợi xe buýt bao lâu rồi ?

Chúng ta đã chơi tennis được bao lâu rồi ?

Joana và Michael đã bồ bịch với nhau được bao
lâu rồi ?

Michael đã vẽ những bức chân dung được bao
lâu rồi ?

Trời đã mưa bao lâu rồi ?

5. Ngay cả mặc dù   tôi mệt lả , nhưng tôi vẫn không
thể ngủ được.

mặc dù.

mặc dù (1)

mặc dù (2)

6. Mặc dù tôi mệt lả, nhưng tôi vẫn

không ngủ được.

không thể rời sở làm trước 5 giờ.

chưa muốn đi ngủ.

có nhiều việc phải làm quá nên không thể

nghỉ giải lao được.

vẫn xoay sở để dọn dẹp căn hộ chung cư

cho ngăn nắp.

(1) Để dịch từ **mặc dù** ta có thể dùng liên từ *In spite of the fact that* và *Despite the fact that*, hoặc dùng giới từ *In spite of* và *Despite*. Nên nhớ sau *liên từ* là *một mệnh đề*, sau *giới từ* là *một noun*. Ta có hai cách dịch sau đây: "Hôm qua tôi đi học mặc dù trời mưa". 1) Yesterday, I went to school *in spite of the fact that (despite the fact that)* it rained. 2) Yesterday, I went to school *in spite of (despite)* the rain .

7. I can't sleep even though I **am exhausted.**

only slept three hours last night.

have had a glass of warm milk.

have been in bed for two hours.

8. I can't sleep because **I'm too tense.**

I'm not used to staying by myself.

I can't stop thinking about the contest.

it's too hot.

my sunburn hurts too much.

9. I want to do a **portrait.**

landscape.

still life.

seascape.

10. I think I'm **going**   stale.

becoming.

7. Tôi không ngủ được mặc dù

   tôi mệt lả.

   tôi chỉ ngủ ba giờ đêm hôm qua.

   tôi đã uống một ly sữa nóng.

   tôi đã vào giường nằm hai tiếng

   đồng hồ.

8. Tôi không thể ngủ được bởi vì

   tinh thần tôi quá căng thẳng.

   tôi không quen ở một mình.

   tôi luôn nghĩ về cuộc tranh giải.

   trời quá nóng.

   chỗ phỏng nắng của tôi đau quá.

9. Tôi muốn vẽ một bức **chân dung.**

   phong cảnh.

   tinh vật.

   cảnh biển.

10. Tôi nghĩ rằng tôi đang **trở nên** xuống dốc vì vẽ

    quá nhiều.

    trở nên.

CONNECTED DRILLS

1. a. **Great** paintings aren't **created** overnight.

Fortunes	made
Languages	learned
Books	written
Roads	built

   b. People don't **create great paintings** overnight.

   make fortunes.
   learn languages.
   write books.
   build roads.

2. a. **Portugnese** is **spoken in Brazil.**

Toothpaste	sold at the supermarket.
Lunch	served on the terrace.
A New Year's party	given every year.
Rice	grown in China.

   b. They **speak Portuguese in Brazil.**

   sell toothpaste at the supermarket.
   serve lunch on the terrace.
   give a New Year's party every year.
   grow rice in China

3. *That's easier **said** than **done.**

eaten	cooked.
read	written.
bought	made

*This is a very common expression.

BÀI LUYỆN NGỮ LIÊN KẾT

1 .a. **Nhưng bức tranh** tuyệt tác không phải một sớm một chiều mà **sáng tác được.** [1]

của cải	làm ra được
ngôn ngữ	học được
sách học	viết ra được
đường sá	xây được

b. Người ta không phải một sớm một chiều mà **sáng tác những bức tranh tuyệt tác được.** [2]

làm ra của cải được.

học ngôn ngữ được.

viết ra sách được.

xây đường sá được.

2. a.

Tiếng Bồ đào Nha	**được nói ở Braxin.** [1]
Kem đánh răng	được bày bán ở siêu thị.
Bữa ăn trưa	được dọn ở sân hiên nhà.
Tiệc mừmg năm mới	được tổ chức hàng năm.
Lúa	được trồng ở Trung Quốc.

b. Người ta **nói tiếng Bồ đào Nha ở Braxin** [2]

bày bán kem đánh răng ở siêu thị.

dọn bữa ăn trưa ở sân hiên nhà.

tổ chức tiệc mừng năm mới hàng năm.

trồng lúa ở Trung Quốc.

3. **Nói** dễ hơn **làm.** [2]

Ăn	nấu
Đọc	viết (sách).
Mua	chế tạo (sản phẩm).

---

[1] [2] Cùng diễn tả một ý, người Anh có thể dùng câu *Active* (câu a) hoặc dùng câu *Passive.* (câu b).

[2] Đây là cách nói rất phổ thông.

EXERCISES

1. Make sentences with the present perfect continuous
   using "for" or "since" as appropriate.

   Examples : 1. Michael started painting ten years ago
   and he's still painting now.
   Michael has been painting for ten years.
   2. Joana and Michael started dating in
   April, and they're still dating now.
   *Joana and Michael have been dating
   since April.*

   a. Ali and Hussein started playing hide–and–go–seek
   at 10:00, and they're still playing now.

   b. Paulo started losing his hair when he was twenty-
   four, and he's still losing it now.

   c. It started raining at 8:00 this morning, and it's
   still raining now.

   d. I started reading this novel five days ago, and I'm
   still reading it now.

   e. Mrs.Farias started packing at 6:00, and she's still
   packing now !

   f. Michael started thinking about the contest when
   he went to bed at midnight. It's five a.m. now, and
   he's still thinking about it.

   g. The baby started crying an hour ago, and it's still
   crying now.

   h. The men - started building the new road in
   January. It's December, and they're still buil-
   ding it.

   i. Mr.Crawford and Michael started discussing the
   presidential campaign three hours ago, and
   they're still discussing it now.

BÀI TẬP

1. Làm câu với thì *Present perfect continuous*, dùng **for** hoặc **since** vào chổ thích hợp.

Thí dụ : 1. Michael đã vẽ tranh trong mười năm.
(và bây giờ vẫn còn vẽ).

2. Joana và Michael đã bồ bịch với nhau từ tháng tư cho đến bây giờ.

a. Ali and Hussein *have been playing* hide–and–go–seek *since* 10:00.
(To play hide–and–go–seek = chơi, đi trốn, đi tìm)

b. Paulo *has been losing* his hair *since* he was twenty–four.
(to lose the hair = bị rụng tóc).

c. It *has been raining since* this morning.

d. I *have been reading* this novel *for* five days.

e. Mrs.Farias *has been packing since* 6:00.

f. Michael *has been thinking* about the contest *since* he went to bed at midnight.

g. The baby *has been crying for* an hour.

h. The men *have been building* the new road *since* January.

i. Mr.Crawford and Michael *have been discussing* the presidential campaign *for* three hours .
(Presidential campaign = cuộc vận động tranh cử Tổng Thống).

2. Look at the pairs of sentences below. Use the present perfect in one, and the present perfect continuous in the other.

Examples :   1. Joana and Michael.............................tennis for an hour., and they're still playing. (*play*)

Joana and Michael have been playing tennis for an hour, and they're still playing.

2. Michael...................... tennis with Joana three times before. (*play*)

Michael has played tennis with Joana three times before.

a. 1. Peggy ....glasses since she was ten years old. (*wear*)

2. She...........................her glasses twice during all these years. (*break*)

2. Hãy xem những cặp câu dưới đây. Câu này thì dùng *Present Perfect* , còn câu kia thì dùng *Present Perfect Continuous.*

Thí dụ : 1. Joana and Michael *have been playing* tennis for an hour, and they're still playing.

(Ta dùng *Present Perfect Continuous* vì hành động còn tiếp diễn đến hiện tại)

2. Michael *has played* tennis with Joana three times before.

[Michael đã chơi tennis với Joana ba lần trước đây rồi.]

(Lấy hiện tại làm chuẩn thì Michael đã chơi tennis với Joana được ba lần rồi. Điều này không có nghĩa là việc chơi tennis kéo dài từ quá khứ đến hiện tại một cách liên tục. Do đó , ta chỉ dùng *Present Perfect*)

a. 1.Peggy *has been wearing* glasses since she was ten years old.[1]

2. She *has broken* her glasses twice during all these years.

---

(1) *To wear glasses:* mang kiếng (đeo mắt)

b. 1. The Nikzads........................ in a big apartment building for a year. *(live)*

2. They .... their neighbors in the hallway several times , but they don't know their names.*(meet)*

c. 1. Our neighborhood theater.......... old westerns recently. *(show)*

2. Even though I................ most of them , I want to see them again.*(see)*

d. 1. Michael .... the contest day and night since he found out about it. *(think about)*

2. He...................... only one good night's sleep this week. *(have)*

b.1. TheNikzads *have been living* in a big apartment building for a year.

  2. They *have met* their neighbors in the hallway several times , but they don't know their names.

c.1. Our neighborhood theater *has been showing* old westerns recently. [1]

  2. Even though I *have seen* most of them , I want to see them again.

d.1. Michael *has been thinking* about the contest day and night since he found out about it.

  2. He *has had* only one good night's sleep this week.

---

(1) *Neighborhood theater:* Rạp hát ở gần nhà, trong cùng một khu vực.
Western : Phim cao bồi

3. Change the sentences from active to passive. Remove the agent.

Examples : 1. Artists don't create **great paintings** overnight.

Great paintings aren't created overnight

2. They speak **Portuguese** in Brazil.

Portuguese is spoken in Brazil.

a. They don't teach **math** in the first grade.

b. They serve **dinner** at eight.

c. People leave **a lot of things** in the subway every day.

d. They don't sell **pens** at the bookstore.

e. The restaurant doesn't require **men** to wear a jacket and tie.

f. They speak **both French and English** in Canada.

g. The teacher doesn't allow **smoking** in class.

h. They lock **the building** at seven o'clock.

3. Đổi những cậu sau đây từ *active* ra *passive*. Hãy bỏ *agent*, tức bỏ túc từ trong câu *passive*.

> **Thí dụ :** 1. Họa sĩ không thể sáng tác những tác phẩm tuyệt tác trong một sớm một chiều được.
>
> Những bức tranh tuyệt tác không thể được sáng tác trong một sớm một chiều được.
>
> 2. Người ta nói tiếng Bồ Đào Nha ở Braxin.
>
> Tiếng Bồ Đào Nha được mọi người nói ở Braxin.

a. Math *is not taught* in the first grade.

(Toán không được dạy ở lớp một)

b. Dinner *is served* at eight.

c. A lot of things *are left* in the subway every day.

(Nhiều đồ vật bị bỏ quên trên xe điện ngầm mỗi ngày)

d. Pens *are not sold* at the bookstore.

e. Men *are not required* to wear a jacket and tie.

f. Both French and English *are spoken* in Canada

g. Smoking *is not allowed* in class.

h. The building *is locked* at seven o'clock.

4. Use " because " or " even though " in the sentences as appropriate.

Examples : 1. Michael can't sleep.................... he's exhausted.

Michael can't sleep even though he's exhausted.

2. Michael can't sleep .... he's too tense.

Michael can't sleep because he's too tense.

a. Miguel is going back to Colombia........................... his mother wants him to.

b. Jim doesn't play tennis well............................. he's been playing for years.

c. .... I apologized to Laura , she's still angry at me.

d. Many older people in the United States move to Florida............ the weather is warm there all year.

e. .... it was raining, we couldn't go on a picnic.

f. Laura sends her family money every month .... she doesn't earn much herself.

g. I like to do my shopping on Tuesdays .... the stores are very crowded on the weekends.

4. Dùng "because" hay "even though" trong những câu sau
   đây vào chỗ thích hợp

Thí dụ : 1. Michael không thể ngủ được *mặc dù*
                  anh ấy mệt lả.
              2. Michael không thể ngủ được *bởi vì*
                  thần kinh anh ấy căng thẳng quá.

a. Miguel is going back to Colombia *because* his
   mother wants him to.

b. Jim doesn't play tennis well *even though* he's been
   playing for years.

c. *Even though* I apologized to Laura, she's still
   angry at me.[1]

d. Many older people in the United States move to
   Florida *because* the weather is warm there all year.

e. *Because* it was raining, we couldn't go on a picnic.

f. Laura sends her family money every month *even
   though* she doesn't earn much herself.

g. I like to do my shopping on Tuesdays *because* the
   stores are very crowded on the weekends.

---

(1) to apologize *to* someone *for* something (=*for* doing something) : xin lỗi ai về
    việc gì .

   to be angry *with* (*at*) someone : giận ai

   to be angry *at* something : giận việc gì

LESSON 2

714 JOANA : I'm sure you will. Even if you spend a few sleepless nights , it's worth it .714

MICHAEL : What do *you* think I should do ?

JOANA : Take a break for a few hours.

MICHAEL : No, I mean, do you think I should give up and go into business with my father ?

715 JOANA
/716
717
: What *I* think doesn't matter. *You've* got to be happy with what you do. Besides,that decision was made years ago, wasn't it ?

PHẦN 2

JOANA : Em chắc chắn rằng anh sẽ vẽ hay hơn thế này. Mặc dù anh trải qua mấy đêm không ngủ nhưng cũng đáng công thôi.

MICHAEL : Em nghĩ rằng anh nên làm gì?

JOANA : Hãy nghỉ giải lao một vài tiếng đồng hồ.

MICHAEL : Không phải thế. Anh muốn nói là em có nghĩ rằng anh nên bỏ cuộc và tham gia vào việc kinh doanh với Ba anh không?

JOANA : Cái điều em nghĩ thì đâu có can hệ gì đâu. Chính anh phải vui thích với việc anh làm. Ngoài ra, quyết định đó đã có nhiều năm trước đây rồi, phải không?

MICHAEL : It was. But things change. Which is better for *us* now ?

JOANA : Michael , what do you want me to say ? It's got to be your decision.

MICHAEL : I'm not asking you to *decide* for **me**. I just want to know what you *think*. You must have your likes and dislikes.

JOANA : Maybe I don't. Maybe I don't know what to think.

718 MICHAEL : I'm sorry. I didn't mean to upset you.$_{718}$

719 JOANA : All I mean, Michael, is that I agree with

720 what you're doing.$_{719}$ If you can be a successful artist, fine; if you can't, go into business with your father.$_{720}$ But at least give yourself the chance to find out.

MICHAEL : There's something else, of course, Joana If I go into Dad's business, I have to stay here. You know that.

MICHAEL : Phải rồi. Nhưng mọi việc đều thay đổi. Cái nào thì tốt hơn đối với hai đứa mình hiện nay ?

JOANA : Anh Michael à , anh muốn em phải nói gì ? Quyết định là phải tùy ở anh chứ.

MICHAEL : Anh đâu có yêu cầu em quyết định thay cho anh. Anh chỉ muốn biết em nghĩ gì mà thôi. Ắt hẳn em phải có những điều em thích và những điều em không thích chứ.

JOANA : Có lẽ em không có. Có lẽ em không biết phải nghĩ gì.

MICHAEL : Anh xin lỗi. Anh không có ý làm cho em bực mình đâu.

JOANA : Anh Michael ơi, tất cả những điều em muốn nói là em tán đồng những việc anh hiện đang làm. Nếu anh có thể trở thành một họa sĩ thành công trong nghề thì rất tốt. Nếu không, thì anh tham gia vào việc kinh doanh với Ba anh. Nhưng ít nhất, anh phải tạo cho anh cơ hội để khám phá ra tài năng của mình chứ.

MICHAEL : Joana ơi, dĩ nhiên còn điều này nữa. Nếu anh tham gia vào việc kinh doanh với Ba thì anh phải ở lại đây. Em biết điều đó chứ.

SUBSTITUTION DRILLS

1. Even if you spend a few   sleepless nights,
                           it's worth it.
                           you're not wasting your
                               time.
                           you'll finish in time.
                           it's good experience.

2. It's worth it even if you   **spend a few sleepless nights.**
                           don't sleep for a few nights.
                           lose some sleep over it.
                           don't get any sleep.

3. **What I want**
  Where we have lunch   doesn't matter.
  Why he said that
  How much money I spend
  How you spend your time

4. You've got to **be happy with what you do.**
                  make up your mind.
                  finish your work.
                  take a break.
                  get some sleep.

5. **I didn't mean to**   upset you.
  I didn't intend to
  The last thing I wanted was to
  I hope I didn't
  I'm sorry if I

6. **All I mean, Michael, is that I agree with what you're doing.**
                     approve of
                     admire
                     respect
                     appreciate

BÀI LUYỆN NGỮ THAY THẾ

1. Mặc dù anh trải qua mấy đêm không ngủ nhưng

         cũng đáng công thôi.

         anh đâu có phí thời gian.

         anh sẽ hoàn thành nó kịp lúc.

         đó là một kinh nghiệm tốt.

2. Cũng đáng công thôi mặc dù anh

       trải qua mấy đêm không ngủ.

       không ngủ trong vài đêm.

       mất ngủ chút ít vì bức tranh đó.

       không ngủ được chút nào hết.

3.   **Những điều em muốn.** .... không can hệ gì hết.

   Việc Chúng ta ăn cơm trưa ở đâu.

   Việc Tại sao anh ta nói điều đó.

   Việc Em xài bao nhiêu tiền.

   Việc Anh sử dụng thì giờ ra sao.

4. Anh phải **vui sướng với việc anh làm.**

         tự quyết định lấy.

         làm xong công việc của anh.

         nghỉ xả hơi

         ngủ một chút.

5. **Anh không cố ý**   làm cho em bực mình.

   Anh không cố ý

   Việc sau cùng mà anh muốn là

   Anh hy vọng là anh đã không

   Anh xin lỗi nếu anh đã

6. Anh Michael ơi, tất cả điều em muốn nói là em

       đồng ý với những gì anh đang làm.

       chấp thuận

       ngưỡng mộ

       coi trọng

       đánh giá cao

CONNECTED DRILLS

1. If you can be a successful **artist,**   fine;
                               lawyer,
                               engineer,
                               nurse,
                               carpenter,
   if you can't, **go into business with your father.**
                  *drop out of law school.
                  investigate other professions.
                  change your major.
                  try another trade.

2. a. **That decision** was **made** years ago, wasn't it ?
      This picture   taken
      The book   written
      The painting   done

   b. **Michael made the decision** years ago, didn't he ?
      Pedro took the picture
      Henry wrote that book
      Gary did that painting

3. a. **These sketches** were **done** this morning.
      The books   ordered
      The rugs   vacuumed
      The plants   watered

   b. **I did these sketches** this morning.
      The bookstore ordered the books
      Someone vacuumed the rugs
      Mrs. Farias watered the plants

* *"drop out of"* means " stop attending "

BÀI LUYỆN NGỮ LIÊN KẾT

1. Nếu anh có thể trở thành một **họa sĩ** thành công thì
   tốt lắm:

                luật sư
                  kỹ sư
                  y tá
                  thợ mộc

   ...nếu anh không thể thành công thì hãy
   tham gia vào việc kinh doanh với Ba anh.
   bỏ trường luật. [1]
   điều tra tìm hiểu những nghề khác.
   đổi môn học chính của anh.
   thử làm một nghề khác nữa.

2. a. Quyết định đó đã có **nhiều năm trước đây, phải**
                                       không?

   Bức ảnh này đã được chụp
   Cuốn sách đã được viết
   Bức tranh đã được vẽ

   b. **Michael đã có quyết định** nhiều năm trước đây
                                   phải không ?

   Pedro đã chụp bức ảnh
   Henry đã viết cuốn sách đó
   Gary vẽ bức tranh đó

3. a. **Những phác thảo này** được **vẽ**   sáng nay.

   Những cuốn sách này   đặt mua
   Những tấm thảm   hút bụi
   Những cây nhỏ   tưới nước

   b. **Tôi vẽ những phác thảo này**   sáng nay.
   Hiệu sách đặt mua những cuốn sách này.
   Người nào đó đã hút bụi những tấm thảm này.
   Bà Farias đã tưới nước những cây nhỏ.

(1) *To drop out of a school:* Rời bỏ một trường nào đó, không theo học nữa

EXERCISES

1. Use " even if " or " even though " in the sentences.

   Examples: 1 ....you don't win the contest, that doesn't mean that you don't have talent.

   Even if you don't win the contest, that doesn't mean that you don't have talent

   2. .... Pedro has been playing the guitar for years, he doesn't play well.

   Even though Pedro has been playing guitar for years, he doesn't play well.

   a. ....you fell better tomorrow, you should stay home from school one more day.

   b. .... the cake looks good, it doesn't take good.

   c. I'm not tired.............. I only slept three hours last night.

   d. Paulo won't have enough money to buy a sports car .... he gets a raise.

   e. .... you forget me. I'll never forget you.

   f. .... Emma has lived in New York all her life, she has never been to the Statue of Liberty.

BÀI TẬP

1. Dùng **even if** hay **even though** trong những câu sau đây :

Thí dụ :
    1. *Dù cho* anh không thắng trong cuộc tranh tài, điều đó không có nghĩa là anh không **có tài.**

    2. *Mặc dù* Pedro đã chơi đàn ghi –ta trong nhiều năm nay, anh ta **cũng không** chơi giỏi được.

a. *Even if* you feel better tomorrow, you should stay home from school one more day. (Mặc dù ngày mai con có cảm thấy khỏe hơn, con cũng nên ở nhà thêm một ngày nữa, đừng có đi học)

b. *Even though* the cake looks good, it doesn't taste good.

c. I'm tired *even though* I only slept three hours last night.

d. Paulo won't have enough money to buy a sports car *even if he gets a raise* .(=được tăng lương)

e. *Even though* you forget me, I'll never forget you .

f. *Even though* Emma has lived in New York all her life, she has never been to *the Statute of Liberty* (= Tượng nữ thần Tự do.)

2 .Change «have to» to «'ve got to or» got to » in the sentences.

Example : You have to be happy about what you do.

You've got to be happy about what you do.

a. We have to save some money.

b. You have to be realistic.

c. Michael has to get some rest.

d. I have to do my best.

e. The decision has to be your own.

f. Joana has to tell Michael how she feels.

3. Change the sentences as in the examples.

Examples: 1. I want you to be **something**. It doesn't matter. *(what)*

What I want you to be doesn't matter.

2. Laura goes out with **someone**. It's her own business.*(who)*

Who Laura goes out with is her own busineess.

a. Joana wants **something**. It shouldn't influence Michael's decision.*(what)*

b. Jim spent the weekend with **some friends**. It doesn't interest me. *(who)*

c. Marian didn't answer Pedro's letter **for some reason**. It isn't important. *(why)*

d. I'm going **somewhere**. It's a secret. *(where)*

e. You file the name of the clients **in a certain way**. It's important. *(how)*

2. Trong những câu sau đây, đổi " **have to** " ra " **'ve got to** " hoặc ra " **'s got to** ".

Thí dụ : Anh *cần phải* vui thích về những gì anh đang làm.

a. We *'ve got to* save some money.

b. You *'ve got to* be realistic.

c. Michael *'s got to get some rest.* (=nghỉ ngơi đôi chút.)

d. I *'ve got to* do my best.

e. The decision *'s got to* be your own (anh phải tự quyết định).

f. Joana *'s got to* tell Michael how she feels.

Đổi những câu sau đây như trong thí dụ mẫu:

Thí dụ : 1. *What I want to be* doesn't matter.

(Việc tôi muốn làm nghề gì thì đâu có can hệ gì.)

* *What I want to be* là mệnh đề danh từ (noun clause) và làm chủ từ cho động từ *doesn't matter.*

2. *Who Laura goes out with* is her own business.

(Việc Laura đi chơi với ai là việc riêng của côta).

Who Laura goes out with: là mệnh đề danh từ (noun clause) và làm chủ từ cho động từ *is.*

a. *What Joana wants* shouldn't influence Michael's decision.

b. *Who Jim spent the weekend with* doesn't *interest* me (=gây chú ý). '

c. *Why Marian didn't answer Pedro's letter* isn't important.

d. *Where I'm going* is a secret.

e. *How you file the names of the clients* is im portant.

4. Change the sentences from active to passive. Omit the agent.

Examples : 1. Picasso painted " **Guernica** " in 1937.
" Guernica " was painted in 1937.

2. They didn't announce **the winners** in the newspaper.
The winners weren't announced in the newspaper.

a. Columbus discovered **America** in 1492.
b. The bookstore ordered **the textbooks** this morning.
c. The police caught **those men** stealing a car.
d. People didn't pollute **the air** years ago.
e. Americans elected **Jimmy Carter** President in 1976.
f. They didn't wax **the floors** yesterday.
g. The Romans didn't build **Rome** in a day.
h. They served **coffee and dessert** after dinner.

4. Đổi những câu sau đây từ thể *chủ động* ra thể *thụ động*.
Hãy bỏ *tác nhân* (agent).

Thí dụ : 1. Picasso vẽ bức "Guernica" vào năm 1937
Bức "Guernica" được vẽ vào năm 1937.
2. Người ta không công bố tên những người
thắng giải trên báo chí.
*Tên những người thắng giải không được
công bố trên báo chí.*

a. America *was discovered* in 1492.

b. The textbooks *were ordered* this morning.

c. Those men *were caught* stealing a car. (những
người đó bị bắt gặp ăn trộm xe hơi).

d. The air wasn't polluted years ago (nhiều năm
trước đây không khí không bị ô nhiễm).

e. Jimmy Carter *was elected* President in 1976
(Jimmy Cater được bầu làm Tổng Thống năm 1976)

f. The floors *weren't waxed* yesterday (Hôm qua sàn
nhà đâu có được đánh bóng).

g. Rome *wasn't built* in a day. (thành phố La Mã
đâu có phải được xây dựng trong một ngày =
Việc gì cũng phải có thời gian, đâu phải một
sớm một chiều mà làm được).

h. Coffee and dessert *were served* after dinner.

UNIT 42
Reading and Refocus

LESSON 1

THE WORLD'S FAIR NEWSLETTER
Volume I No. 10

721   Published by THE WORLD'S FAIR CORPORATION
and THE G.W. CRAWFORD AGENCY

SOMETHING FOR EVERYONE by Henry Leeds

722   In case you've never stopped in at the World's
Fair Ice Cream Parlor, let me introduce you to it.$_{722}$

723   First, the facts: Our World's Fair Ice Cream Parlor
is one of the largest ice cream parlors you will
find anywhere in the world.$_{723}$ It is open until
midnight , seven days a week and the staff is always
ready to serve you and your friends.

      Our ice cream parlor hasn't really been there

724   for a hundred years. It just looks that way. In fact,
they have been selling ice cream for only two

725   months now.$_{724}$ Inspired by a more elegant age,
the careful manners and the old–fashioned costu -
-mes of the staff were designed to make you, the
customers, feel at home.$_{725}$

BÀI 42
Bài tập đọc và Củng Cố
PHẦN 1

TỜ NỘI SAN HỘI CHỢ THẾ GIỚI
Tập I. Số 10
Do Công ty Hội chợ Thế giới.
và Văn phòng G.W. Crawford xuất bản.

MỘT CÁI GÌ ĐÓ CHO MỌI NGƯỜI
bài của *Henry Leeds*

Trong trường hợp bạn không bao giờ ghé tạt vào tiệm kem trong Hội Chợ Thế Giới, tôi xin được giới thiệu tiệm kem đó với bạn. Trước hết, xin nói về sự kiện: Tiệm kem trong Hội Chợ Thế Giới của chúng tôi là một trong những tiệm kem lớn nhất mà bạn sẽ tìm thấy bất cứ nơi nào trên thế giới. Nó được mở cửa cho đến nửa đêm, bảy ngày một tuần và ban nhân viên luôn luôn sẵn sàng phục vụ bạn và thân hữu của bạn.

Thực ra thì tiệm kem của chúng tôi không có ở đó cả trăm năm nay đâu. Nhưng nó có vẻ cổ kính như vậy đó. Quả vậy chúng tôi chỉ mới bán kem có hai tháng nay thôi. Được gây hứng khởi bởi một thời đại lịch sự hơn, cung cách cẩn thận trong việc phục vụ, y phục cổ điển của ban nhân viên đã được vẽ kiểu để làm cho những khách hàng như bạn cảm thấy thoải mái như ở nhà.

726   Let me now tell you about the ice cream. They
tell me that the recipe they use has been making
727 ice cream lovers happy since 1865. ₇₂₆ They have
728 flavors that you've never heard of. ₇₂₇ And all of
them are delicious. I will describe only one of their
729 specialties. It is called the *Kitchen Sink.* ₇₂₈ What is
a *Kitchen Sink ?* It is a huge stainless steel dish ,
about twelve inches wide , eighteen inches long,
and about eight inches deep , which is filled with
730 twenty different kinds of ice cream. ₇₂₉ On top of
all this are piled whipped cream, nuts, fruit, and
chocolate syrup. ₇₃₀ I warn you this dessert is only
for the strongest of stomachs. Don't worry, though.
They have desserts for every taste and pocketbook.

Bây giờ tôi xin kể cho bạn nghe về món kem. **Người ta bảo với tôi rằng công thức làm kem mà người ta áp dụng ở đây đã làm cho những người thích ăn kem hài lòng từ năm 1865 đến giờ.** Kem có rất nhiều vị mà bạn chưa bao giờ nghe nói tới. **Và tất cả các món kem đều ngon tuyệt.** Tôi sẽ mô tả một món kem đặc biệt mà thôi. **Món kem đó được gọi là** Kitchen Sink [1]. *Vậy* Kitchen Sink **là gì ?** Đó là một cái đĩa bằng thép không sét thật lớn, rộng vào khoảng mười hai *inches* [2], dài mười tám *inches* và sâu vào khoảng tám *inches*. Trong đĩa này người ta để đầy hai mươi loại kem khác nhau. Trên cùng, người ta để kem đánh nổi săng–ti–li, hạt giẻ, trái cây và xi–rô sô-cô–la. Tôi phải báo cho bạn biết trước, món ăn tráng miệng này chỉ thích hợp với những cái dạ dày tốt nhất. Mặc dù vậy, nhưng bạn đừng có lo. Người ta có đủ các món tráng miệng cho mọi khẩu vị và túi tiền.

(1) Kitchen Sink: Chậu rửa chén.
(2) *1 inch*: 2,54cm.

Questions about "The Newsletter"

Fact :
The answers are *clear* in the story.

1. How late is the World's Fair Ice Cream Parlor open ?
    2. Is the Ice Cream Parlor closed on weekends, or is it open every day ?
    3. Is the Ice Cream Parlor really old, or does it only look old ?
    4. Is the *Kitchen Sink* something to wash dishes in ?
    5. What is the Ice Cream Parlor's stainless steel dish filled with ?
    6. Is the *Kitchen Sink* the only dessert served at the Ice Cream Parlor ?

Inference :
You can *guess the right answers* from the story.

1. Is the World's Fair Ice Cream Parlor the largest in the world ?
    2. Can you get a dish of ice cream there at eleven p.m on a Sunday evening ?
    3. Which character in the *New English 900* story would love to eat here ?

Câu hỏi về bài "Tờ Nội San"

Sự kiện :
Các câu trả lời *có sẵn* trong sách:

1. The World's Fair Ice Cream Parlor is open until midnight.
2. It is open every day.
3. It only looks old.
4. No, the *Kitchen Sink* in this story isn't something to wash dishes in.
5. It is filled with twenty different kinds of ice cream
6. No, it isn't. It is only one of their specialities.

Suy diễn :
Bạn có thể *đoán để trả lời cho hợp* với nội dung bài.

1. No, it is only one of the largest ice cream parlors in the world.
2. Yes, I can. I can get a dish of ice cream there at eleven p.m on a Sunday evening.
3. Ali would love to eat here.

4. Are the ice cream flavors, usual or unusual ?

5. Do the staff's costumes look as if they belong in the nineteenth or the twentieth century ?

6. Why did Mr. Leeds include the last line ? Do you think the *Kitchen Sink* is expensive ?

To the Student :

There are *no wrong answer* **to these questions.**

1. Do you think only children or both children and adults would like the Ice Cream Parlor ?

2. Are ice cream parlors popular in your country ?

3. What is your favorite flavor ice cream ?

4. Do you like to put whipped cream, nuts and chocolate syrup on your ice cream, or do you like it another way ?

5. Why do you think the speciality is called the *Kitchen Sink* ?

6. Do any stores stay open seven days a week in your country?

7. Do you think this book is overly concerned with food !?

4. The ice cream flavors are unusual.

5. They look as if they belong in the nineteenth century.

6. He included the last line as his recommendations and advertisement for other different kinds of desserts. The *Kitchen Sink* must be rather expensive.

Lưu ý các học viên :
Những câu trả lời dưới đây *không có câu trả lời sai :*

1. Both children and adults would like the Ice Cream Parlor.

2. No, they aren't. Only the ice cream carts and ice cream vendors are popular in my country.

3. My favorite flavor ice cream is chocolate.

4. I like to put peanuts on my ice cream only.

5. The speciality is called the *Kitchen Sink* because the dish is very big and it is like a sink to wash dishes in.

6. Most stores in my country stay open seven days a week.

7. Yes, I do. I think this book is *exessively* [1] concered with food.

---

(1) *overly:* overmuch, excessively, too (thái quá, quá nhiều, quá)

I. SHORTENED PASSIVE SENTENCES.

A. Sometimes a sign, label, advertisement, or anno-uncement uses only a phrase or a part of passive construction. The subject and the first verb are omitted.

1. Active: The World's Fair Corporation *publishes* this newsletter.
2. **Passive:** This newsletter *is published by* the World's Fair Corporation.
3. **Shortened passive form:**   *Published by* the World's Fair Corporation.

Change each sentence to the passive voice. Then change it to the short form, as in the above example.

I. CÂU PASSIVE ĐƯỢC RÚT NGẮN.

A. Đôi khi một bảng hiệu, một nhãn hiệu, hay một thông báo dùng một đoạn câu hoặc một phần của cấu trúc thụ động. Chủ từ và động từ thứ nhất được bỏ đi. (Động từ thứ nhất tức là động từ *to be*)

1. *Active:*   Công ty Hội chợ Thế giới xuất bản tờ nội san này.

2. *Passive:*   Tờ nội san này do Công ty Hội chợ Thế giới xuất bản.

3. *Thể Passive rút ngắn:*   Được xuất bản do Công ty Hội chợ Thế giới.

* Đổi mỗi câu sau đây là *thể Passive.* Kế đó đổi ra thể rút ngắn, như trong thí dụ mẫu ở trên.

1. The Public Television Sta—
   -tion brings this program
   to you.

2. The state licensed
   this restaurant.

3. Specific Motors Corpora—
   tion manufactures these
   cars.

4. The Doctors' Association
   approves this drug.

5. Athletes eat this
   breakfast cereal.

6. Atom Electronics
   sponsors this radio show.

7. The Tutti— Fruity Fruit
   Company distributes these
   fruits.

1. This program *is brought* to you by the public television station. *Brought* to you by the Public Television Station.

2. This restaurant *was licensed* by the state. (Nhà hàng này được nhà nước cấp môn bài). —*Licensed* by the state.

3. These cars *are manufactured* by specific Motors Corporation.Manufactured by specific Motors Corporation.

4. This drug *is approved* by the Doctors'Association. (Thuốc này được hiệp hội các bác sĩ chuẩn nhận) —*Approved* by the Doctors' Association.

5. This breakfast cereal *is eaten* by athletes. — *Eaten* by athletes.

6. This radio show *is sponsored* by Atom Electronics (Máy thu thanh này được (hội, công ty) Atom Electronics bảo trợ) — *Sponsored* by Atom Electronics.

7. These fruits *are distributed* by the Tutti –Fruity Fruit Company. [1] (những loại trái cây này được công ty trái cây Tutti–Fruity phân phối.) —*Distributed* by the Tutti–Fruity Fruit company.

---

[1] Trong Anh ngữ, các danh từ sau đây không thay đổi hình thức, tức không thêm –S khi ở số nhiều : *Fruit* (trái cây)*sheep* (con cừu) *deer* (con nai) *fish* (con cá). Khi các danh từ trên có S thì chúng nó có nghĩa là các loại... Thí dụ: Fruits (các loại trái cây)...

B. Change these sentences to the passive voice. Leave out the agent. Then write the short form. Follow the example.

Example :   They make these radios in Japan.

These radios are made in Japan.

Made in Japan.

1. They grow these peanuts in Georgia.

2. They serve our ice cream in the finest restaurant

3. They produce these wines in France.

4. Companies publish this book all over the world.

5. Macmillan, Inc, printed this book in the United States.

B. Đổi những câu sau đây ra *thể thụ động.* Hãy bỏ tác nhân (agent). Sau đó hãy viết thể rút ngắn. Theo thí dụ mẫu.

Thí dụ : Người ta chế tạo những máy thu thanh này ở Nhật Bản.

Những máy thu thanh này được chế tạo ở Nhật Bản.

Được chế tạo ở Nhật Bản.

1. These peanuts *are grown* in Georgia.

Grown in Georgia.

2. Our ice-cream *is served* in the finest restaurants.

Served in the finest restaurants.

3. These wines *are produced* in France.

Produced in France.

4. This book *is published* all over the world.

Published all over the world.

5. This book *was printed* in the United States.

Printed in the United States.

II. PARTICIPIAL PHRASES

A. As you know from Unit 38, sometimes a relative clause can be changed to a phrase.

Example : The costumes, which were inspired by a more elegant age, were designed to make you feel at home.

> *The costumes, inspired by a more elegant age, were designed to make you feel at home.*

Rewrite the sentences. Change the clause in commas to a phrase.

1. The Rolls Royce, which is bought and sold in almost every country , is one of the most expensive cars.

2. *The Washington Post* , which is considered one of the United Statses' best newspapers, has a large circulation.

3. Hamburgers and hot dogs , which are eaten all across the country, are sometimes called typical American foods.

4. The actress's marriage , which was kept secret for a month, was announced today.

5. The doctor, was known for his work in the field of surgery, died last night.

6. That book which is sold all over the world, is a masterpiece

II. Nhóm từ phân từ (Participial Phrases)

A. Như bạn biết từ bài 38, đôi khi một *mệnh đề liên hệ* (Relative Clause) có thể được đổi thành một nhóm từ (phrase)

Thí dụ : The costumes, **which** *were inspired by a more elegant age*, were designed to make you feel at home.

The costumes, *inspired by a more elegant age*, were designed to make you feel at home

Viết lại những câu sau đây. Đổi *mệnh đề* nằm giữa hai dấu phẩy ra thành *nhóm từ* (phrase).

1. The Rolls Royce, *bought and sold almost in every country*, is one of the most expensive cars.

2. The Washington Post, *considered one of the United States' best newspapers*, has a large circulation.[1]

3. Hamburgers and hot dogs, *eaten all across the country*, are sometimes called typical American foods.

4. The actress's marriage, *kept secret for a month*, was announced today.[2]

5. The doctor, *know for his work in the field of surgery*, died last night.[3]

6. That book, *sold all over the world*, is a masterpiece.[4]

---

(1) *Circulation:* tổng số phát hành của một tờ báo.
(2) *Marriage:* cuộc hôn nhân
(3) *In the field of surgery:* trong ngành giải phẫu.
(4) *Masterpiece:* tác phẩm tuyệt tác

B. Look at these two sentences.

1. The costumes' *inspired by a more elegant age,* were designed to make you feel at home.

2. *Inspired by a more elegant age,* the costumes were designed to make you feel at home.

They mean the same thing, but, as you know, changing the word order changes the emphasis. Inspired by a more elegant age, this form is more often used in written than in spoken English.

Look at your answers for Part A. Rewrite the sentences changing the emphasis. Begin with the verb form.

B.Hãy xem lại hai câu sau đây:

1. The costumes, *inspired by a more elegant age,* were designed to make you feel at home.
   [Trong câu này *participial phrase* đứng ở giữa câu, và phụ nghĩa cho danh từ đứng trước nó là *costumes*]

2. *Inspired by a more elegant age,* the costumes were designed to make you feel at home.
   [Trong câu này, *Participial phrase* đứng đầu câu và phụ nghĩa cho danh từ đứng sau nó là *costumes*]

Cả hai câu trên cùng một nghĩa như nhau, nhưng như bạn đã biết, việc thay đổi thứ tự của các từ trong câu cũng thay đổi luôn yếu tố mà ta muốn nhấn mạnh câu. Lối dùng như thí dụ 2 ở trên, thường được dùng trong văn viết hơn trong văn nói của tiếng Anh. Viết lại những câu trong phần A và đưa *participial phrase* ra đầu câu.

1. *Bought and sold in almost every country,* the Rolls Royce is one of the most expensive cars.

2. *Considered one of the United States best newspapers.* The Washington Post has a large circulation.

3. *Eaten all across the country* hamburgers and hot dogs are sometimes called typical American foods

4. *Kept secret for a month,* the actress's marriage was announced today.

5. *Known for his work in the field of surgery,* the doctor died last night.

6. *Sold all over the world,* that book is a masterpiece

C. In the following exercise, combine the two sentences into one. Begin your sentence with the form of the verb. Follow the example.

Example : " Gone with the Wind " has made millions of dollars.

" Gone with the Wind " has been shown all over the world.

Shown all over the world," Gone with the Wind "has made millions of dollars.

1. The man resigned from his job.

The man was told by his doctor to take a vacation.

2. The Toyota is a good car.

The Toyota is made in Japan.

3. The burglar ran away without the money.

The burglars were frightened by a noise.

4. This program is shown every Saturday night.

This program is made possible by the Money Foundation.

5. Pedro fell out of bed

Pedro was startled by the alarm clock.

C. Trong bài tập sau đây hãy kết hợp hai câu thành một câu. Bắt đầu câu với *Participial Phrase*. Hãy theo thí dụ mẫu.

Thí dụ : Cuốn phim " *Cuốn theo chiều gió* " được chiếu khắp nơi trên thế giới và đã thu được hàng triệu đô-la.

1. *Told by his doctor to take a vacation,* the man resigned from his job

2. *Made in Japan,* the Toyota is a good car.

3. *Frightened by a noise,* the burglars ran away without the money

4. *Made possible by the Money Foundation ,* this program is shown every Saturday night.

5. *Startled by the alarm clock ,* Pedro fell out of bed. (Bị cái đồng hồ reo làm giật mình , Pedro rơi ra khỏi giường)

III.COMPARING THREE TENSES

A. Here are three different tenses of the verb SELL

   1. They *have been selling* ice cream for only two
      months now. (present perfect continuous)

   2.They *were selling* ice cream late last night when
      I walked by.(past continuous)

   3.They *sold* a two thousand ice cream cones last
      week.(past)

B. In each group of the sentences use each tense
   once: 1)past 2)past continuous and 3)present
   perfect continuous.

1.*(play)* a.I .... tennis when it started to rain.

   b.I .... tennis when I was a child

   c.I .... tennis since 2:00 this afternoon.

2.*(think)* a.Hi ! .... just .... about you
   when the phone rang.

   b.She .... about changing her job for
   a couple of weeks now, but she still
   hasn't made up her mind.

3*(smoke)* a.I .... a cigarette when I fell asleep.

   b.I .... for many years, but I quit last
   year.

   c.I .... since I was eighteen.

4.*(bake)* a.I ....a cake last week.

   b.I .... my own cakes since I left my
   parents' house.

   c.I ....a cake when I turned off the
   oven by mistake.

III.SO SÁNH BA THÌ :

A. Sau đây là ba thì của động từ SELL.

1. Người ta chỉ mới bán kem được hai tháng nay thời *(Present perfect continuous,* chỉ hành động xảy ra trong quá khứ kéo dài tới hiện tại một cách liên tục và bây giờ vẫn còn đang tiếp diễn).

2. Khuya vào đêm hôm qua , lúc tôi đi ngang thì người ta còn đang bán kem. *(Past continuous :* chỉ một hành động xảy ra diễn tiến, trong khi một hành động khác cũng xảy ra; tức là xảy ra đồng thời với một hành động khác trong quá khứ).

3. Người ta đã bán hai ngàn cái bánh kem chóp nón vào tuần rồi (*Simple past:* chỉ hành động xảy ra trong quá khứ xác định).

B. Trong mỗi nhóm câu sau đây, bạn hãy dùng mỗi thì một lần : 1)*Simple past* 2)*Past continuous* và 3)*Present perfect cotinuous.*

1) a. I *was playing* tennis when it started to rain.

   b. I *played* tennis when I was a child.

   c. I *have been playing* tennis since 2:00 this afternoon.

2) a. Hi ! I *was just thinking* about you when the phone rang.

   b. She *has been thinking* about her job for a couple of weeks now, but she still hasn't made up her mind.

   c. I *thought* of you many times while I was away.

3) a. I *was smoking* a cigarette when I fell asleep.

   b. I *smoked* many years, but I quit last year.

   c. I *have been smoking* since I was eighteen.

4) a. I *baked* a cake last week.

   b. I *have been baking* my own cakes since I left my parents' house.

   c. I *was baking* a cake when I turned off the oven by mistake.

LESSON 2

A Letter from Brazil

Dear Joana and Paulo,

731   I just wanted to tell you that I arrived here safe and sound.₇₃₁ Your father was fine. He was a bit lonely while I was away, but it was

733   nice to find out how much we missed each other.₇₃₂ He's really a good man. You know, he was sick while I was visiting you, but he

734   never told us because he didn't want us to

735   worry.₇₃₃ He was probably right. He knows how I worry.₇₃₄ Anyway, he's better now, although I wish he would take better care of himself.₇₃₅

736   How are you, Paulo? How I admire your

737   ability to learn languages!₇₃₆ I must tell you

738   how nice it was to come home to Brazil where everyone in the street speaks Portuguese.₇₃₇ I realize now how much energy it took to speak

739   English!₇₃₈ And Joana, keep me informed of your plans. I wish your father could meet Michael.₇₃₉

PHẦN 2

Lá thư từ Brazil

Joana và Paulo thân mến,

Mẹ chỉ muốn báo cho các con biết là mẹ về đến nhà bình an vô sự. Ba các con khỏe. Ba các con chỉ hơi cô đơn một chút khi mẹ vắng nhà, nhưng cũng tốt thôi khi khám phá ra Ba Mẹ nhớ nhau đến cỡ nào. Ba của các con thực sự là một người đàn ông tốt các con có biết không ? Ba bị bệnh khi mẹ đi thăm các con, nhưng Ba không hề báo cho chúng ta biết bởi vì Ba sợ chúng ta lo lắng. Có lẽ Ba con đúng. Ba con biết là mẹ thường hay lo lắng đến cỡ nào. Dù sao đi nữa thì bây giờ Ba con cũng khỏe hơn rồi, mặc dù vậy mẹ cũng ao ước rằng Ba con sẽ giữ gìn sức khỏe tốt hơn.

Con có mạnh không hở Paulo ? Mẹ thán phục biết bao cái tài học ngoại ngữ của con. Mẹ phải nói cho các con biết là mẹ thấy vui biết bao khi về đến nhà ở Brazin đây, nơi mà ở ngoài đường phố mọi người đều nói tiếng Bồ Đào Nha. Bây giờ mẹ mới hình dung được là nói tiếng Anh thì mất bao nhiêu là sức lực. Và Joana ơi, hãy cho mẹ biết các dự định của con. Mẹ ước gì Ba con có thể gặp Michael,

Your father wants to add a few words at the end of the letter. Take care of yourselves , and please write when you get a minute.

Love

740

Your mother had a wonderful time with you both , but I'm glad to have her back home. Paulo —one of my clients , Mr. Cortisoz, will be in New York next week. If it is not too much trouble , I'd like you to do whatever you can to make his stay more pleasant.$_{740}$ If he doesn't call you, fine. I'll be in New York on business in October. I'll see you both then.

Take care,

Ba các con muốn viết một vài dòng ở cuối thư. Các con hãy giữ gìn sức khỏe và hãy viết thư cho Ba Mẹ khi các con có rảnh rỗi giây lát.

Thương yêu

Mẹ

Mẹ các con đã ở chơi vui vẻ với hai đứa con, nhưng Ba cũng rất vui vẻ mà được đón mẹ con trở về. Paulo ơi, một trong những thân chủ của Ba là ông Cortisoz, sẽ đến Nữu-Ước vào tuần tới. Nếu không có gì phiền lắm, Ba muốn con làm bất cứ gì con có thể làm được để làm thời gian lưu lại của ông ấy ở Nữu-Ước thêm phần vui vẻ. Nếu mà ông ấy không gọi điện thoại cho con thì cũng tốt thôi. Ba sẽ đi Nữu-Ước vào tháng mười để lo việc kinh doanh của Ba. Lúc đó Ba sẽ gặp cả hai con.

Hãy giữ gìn sức khỏe

Ba

Question about " A letter from Brazil "

Fact :

The answers *are clear* **in the story.**

1. Why is Mrs.Farias writing to her children ?
2. Were Mr. and Mrs. Farias happy to be back together again ?
3. Did Mr. Farias get sick while his wife was in New-Yook or after she got home ?
4. Is Mrs.Farias usually a relaxed person, or does she worry a lot ?
5. What did Mrs. Farias realize about speaking English when she returned to Brazil ?
6. Will Mr. Farias definitely be in New-York in October ?

Inference:

You can *guess the right answers* **from the story.**

1. How was Mrs.Farias's flight to Brazil ?
2. Was Mrs. Farias surprised at how much she and her husband missed each other or not ?

Câu hỏi về bài " Lá thư từ Braxil "

Sự kiện :

Các câu hỏi có *sẵn* trong sách.

1. Mrs. Farias is writing to her children to tell them about her safe flight back home and about her husband.
2. Yes, they were happy to be back together again.
3. He got sick while his wife was in New York.
4. She usually worries a lot.
5. When Mrs.Farias returned to Brazil she realized that it took a lot of energy to speak English.
6. Yes, he will definitely be in New York in October.

Suy diễn :

Bạn có thể *đoán để trả lời cho đúng*với nội dung bài

1. Mrs. Farias's flight to Brazil was safe and sound
2. Yes, Mrs. Farias was surprised at how much she and her hus band missed each other.

3. Is Mr. Farias a considerate person or not ?

4. Does Paulo learn languages easily ?

5. Does Mrs. Farias appreciate her home more than she used to ?

6. How does Mr. Farias take care of himself ?

To the Student :

There are *no wrong answers* to these questions.

1. Who do you think Joana's plans depend on ?

2. Do you think Mr. Farias will like Michael ?

3. Do you think all the Fariases will get together again in Brazil or New York ?

4. Do you think Mrs. Farias agrees with the saying, " Absence makes the heart grow fonder " or with " Out of sight, out of mind " ?

5. Do you think it's tiring to speak and listen to a foreign language ? Why ?

6. What problems do you have when your parents live far away ?

3. Yes, he was a considerate person.

4. Yes, Paulo learns languages easily.

5. Yes, Mrs. Farias appreciates her home more than she used to.

6. He does not take good care of himself.

Lưu ý các học viên :

Những câu trả lời dưới đây *không có câu trả lời sai.*

1. Joana's plans depend on whether Michael wins the art competition or not.

2. I think Mr.Farias will like Michael.

3. I think all the Fariases will get together again in Brazil because Mrs. Farias does not like to live in New York.

4. I think Mrs. Farias agrees with the saying "Absence makes the heart grow fonder."

5. I don't think it's tiring to speak and listen to a foreign language because it's a good chance for us to practice and to improve our foreign language.

6. When my parents live away I must take care of everything in my family , I must decide everything – important things and unimportant things...

I. WH-CLAUSES (See Unit 38)

A. When rewriting the sentences below you will see that both forms mean the same thing. Study both usages.

Examples: Please do **anything** you can to make his stay more pleasant.

Please do **whatever** you can to make his stay more pleasant.

B. Rewrite each sentence using the word in parentheses.

1. He'll do anything you say. *(whatever)*
2. I write my parents anytime I get a chance. *(whenever)*
3. Sir, will you talk to anyone who answers the phone ? *(whoever)*
4. We'll reach an agreement any way we can. *(however)*
5. Any place you go, anything you do, take me along with you. *(wherever-whatever)*
6. I'll listen to anything you have to say. *(whatever)*
7. We'll leave anytime you're ready. *(whenever)*
8. Wear any dress you like. *(whichever)*

II. WH-CLAUSES OF EXCLAMATION

A. As you know, " how + adjective " can be used to ask questions. " How + adjective " can also be used to introduce embedded clauses.

Examples: How **many** people are coming tonight ?

Do you know **how many** people are coming tonight ?

I don't know **how many** people are coming tonight.

I. **WH– CLAUSES** (mệnh đề có tiếng WH– ở đầu)
(Xem bài 38)

A) Khi viết lại những câu dưới đây, bạn sẽ thấy rằng cả hai câu Có cùng một nghĩa. Hãy nghiên cứu cả hai cách dùng.

Thí dụ : (nghĩa của cả hai câu:)
Con hãy làm bất cứ điều gì con có thể làm được để làm cho thời gian lưu lại tại **Nữu Ước** của ông ta thêm vui vẻ.

B) Viết lại mỗi câu dưới đây, dùng tiếng trong ngoặc đơn.

1. He'll do *whatever* you say.
2. I write my parents *whenever* I get a chance.
3. Sir, will you talk to *whoerer* answers the phone ?
4. We'll reach an agreement *however* we can.
5. *Wherever* you go, *whatever* you do, take me along with you.
6. I'll listen to *whatever* you have to say.
7. We'll leave *whenever* you're ready.
8. Wear *whichever* you like.

II. **WH–CLAUSE OF EXCLAMTION.** (mệnh đề có tiếng *wh* ở đầu hay Thể tán–thán).

a. Như bạn biết. " How + adjective " có thể được dùng để hỏi những câu hỏi. " How + adjective " cũng có thể được dùng để dẫn nhập những mệnh đề gắn theo (embedded clauses.)

Thí dụ : *Bao nhiêu* người sẽ đến vào tối nay ?
Anh có biết *bao nhiêu* người sẽ đến tối nay không ?
Tôi không biết *bao nhiêu* người sẽ đến vào tối nay.

B. " How + adjective " can also be used in statements as
an exclamation to mean " a lot of " or " very ".

Examples : 1. *How happy I was to be home !* means
" I was very happy to be home ".

2. *I never realized how much energy it look to
speak English,* means " It took a lot of
energy to speak English . I never
realized it ".

Combine each pair of sentences into one sentence,
using the words in parentheses. Follow example
number (2) above.

1. There were a lot of people at the ball game. (*how
many*) I was amazed by it.

2. It took many hours to fly from New York to Rio.
(*how long*) I was surprised by it.

3. There are a lot of people of different nationalities
in the United States. (*how many*)
I was struck by it.

4. You work very hard. (*how*)
I know it.

5. I worry a lot (*how much*)
Your father knows it.

6. We missed each other a lot while I was away.
(*how much*) It was nice find out.

7. It was very nice to come home to Brazil. (*how*)
I must tell you.

8. I'm very happy to be here. (*how*)
I can't tell you.

III. WISH...WOULD

A. The following " wish " clause describes a condition
which is not true.

B-" How+adjective " cũng có thể được dùng trong các câu xác định như là một *hình thức tán-thán* để nói lên " *nhiều* " hay " *rất* "

Thí dụ : 1. *How happy* I was to be home ! " có nghĩa là : " I was very happy to be home ". (mẹ vui sướng *biết bao* khi trở về nhà ! mẹ *rất* vui sướng khi trở về nhà).

2. I never realized *how much* energy it took to speak English (mẹ chưa bao giờ biết là nói tiếng Anh thì cần *bao nhiêu* là sức lực) có nghĩa là:
–It took a lot of energy to speak english : I never realized it, (nói tiếng Anh thì cần nhiều sức lực.Mẹ đã không bao giờ ý thức được điều đó.

● Kết hợp mỗi cặp câu dưới đây thành một câu , dùng các từ trong ngoặc đơn.Theo thí dụ mẫu số(2)ở trên

1. I was amazed by *how many* people there were at the ball game. (Tôi lấy làm ngạc nhiên vì có biết bao nhiêu là người tại trận đấu bóng)

2. I was surprised by *how long* to fly from New York to Rio. (*Rio* hay *Rio de Janeiro* :hải cảng nước Bra–Xin).

3. I was struck by *how many* people of different nationalities there are in the United States. (Tôi rất đỗi kinh ngạc vì có biết bao nhiêu người thuộc nhiều quốc tịch khác nhau ở tại Mỹ).

4. I know *how hard* you work.

5. You father knows *how much* I worry.

6. It was nice to find out *how much* we missed each other while I was away.

7. I must tell you *how nice* to come home to Brazil .

8. I can't tell you *how happy* to be here.

III.ƯỚC GÌ....SẼ....(WISH.....WOULD):

A. Mệnh đề có từ *WISH* sau đây mô tả điều kiện không có thật.

He doesn't take good care of himself. (You don't like this.

You'd like him to take better care of himself, so you say to yourself):

" *I wish he would take better care of himself.* " (But he doesn't).

B. Study the example. Add a third sentence to the two that are given In it describe what you wish were true, but is not.

Begin your sentence with " I wish ".

Example : He doesn't take good care of himself.

(I'd like him to take better care of himself).

I wish he would take better care of himself.

1. He hasn't shown me many of his paintings.

(I'd like him to show me more of his paintings).

2. She doesn't talk about her job much.

(I'd like her to talk about her job more).

3. He's always late for work.

(I'd like him to come to work on time).

4. She doesn't spend much time at home.

(I'd like her to spend more time at home).

5. They're not planning to go   to the beach with us this weekend.

(I'd like them to go to the beach with us this weekend).

6. No one is helping me pack.

(I'd like someone to help me pack).

7. You haven't made up your mind yet.

(I'd like you to make up your mind).

8. It is raining.

(I'd like it to stop raining).

- *He doesn't take good care of himself.* (Ông ta không giữ gìn sức khỏe cẩn thận). (Bạn không thích điều này. Bạn muốn ông ta giữ gìn sức khỏe tốt hơn, vì thế bạn tự nhủ):
- *I wish he would take better care of himself.* (Tôi ước gì ông ta sẽ chăm sóc sức khỏe của ông ta tốt hơn) (nhưng ông ta không làm việc đó).

B. Bạn hãy nghiên cứu thí dụ sau đây. Thêm câu thứ ba vào hai câu cho sẵn. Trong câu thứ ba này, bạn hãy mô tả điều bạn ước muốn để trở thành sự thực, nhưng nó không phải là sự thực. Bắt đầu câu với " I wish..."

Thí dụ : –Ông ta không giữ gìn sức khỏe cẩn thận.

(Tôi muốn ông ta chăm sóc sức khỏe của ông ta tốt hơn)

– Tôi ước gì ông ta sẽ chăm sóc sức khỏe của ông ta tốt hơn.

1. I wish he *would show* me more of his paintings.

2. I wish she *would talk* about her job more

3. I wish he *would come* to work on time.

4. I wish she *would spend* more time at home.

5. I wish they *would go* to the beach with us this weekend.

6. I wish someone *would help* me pack.

7. I wish you *would make* up your mind.

8. I wish it *would stop* raining.

LESSON 3

A Thousand Voices

[*Jim Yamamoto wrote this essay to accompany his application to college. In the end, he sent in the one about his parents because he liked it better. But we liked this one, too, and thought you might like to see it*].

From the earliest times, people have held sports

741   competitions. The athletic few compete on the field while the rest of us participate from the

742   safety of our seats.₇₄₁ To day sports are certainly as popular as ever, and because of radio and television, we can now compete from a distance.₇₄₂ In fact, for important competitions the whole world becomes one big stadium.

See Book 4. Unit 29, lesson 2

PHẦN 3

-Một Ngàn Tiếng La Hét-Réo Gọi.

(Jim Yamamoto viết bài luận nầy để gửi kèm theo đơn xin vào học trường Đại học. Sau cùng, nó gửi bài luận nói về cha mẹ nó bởi vì nó thích bài luận đó hơn (!) nhưng chúng tôi cũng thích bài luận nầy, và chúng tôi nghĩ có lẽ bạn cũng thích xem).

Từ thời xa xưa đến giờ, con người đã tổ chức nhiều cuộc tranh tài thể thao.Một số ít người là vận động viên tranh tài trên sân đấu,trong khi số còn lại trong chúng ta tham gia trận đấu từ các chỗ ngồi an toàn của chúng ta. Hiện nay các bộ môn thể thao chắc chắn là được phổ biến như thưở nào, và nhờ máy thu thanh và truyền hình, chúng ta có thể thi đấu từ đàng xa. Thật vậy, đối với các cuộc thi đấu quan trọng thì cả thế giới trở thành một sân vận động lớn.

(1)Mời bạn xem bài luận đó trong quyển 4,bài 29, phần 2.

743/744 It is hard to say why humans like organized games.$_{743}$ The reasons that we enjoy
745 sports probably differ from person to person$_{744}$ Whether little kids are kicking a ball around a city playground, or million –dollar –a–year athletes are playing in a modern stadium, the
746 excitement of competition , motion ,discipline and beauty are in the air.$_{745}$ Who doesn't stop to watch a ball game in the street or a swimmer in a pool ? $_{746}$ What parents are not
747 proud to see their children carried off the field by thankful fans ? For the players , the joys of sportsmanship can include punishing self –discipline and the friendship of team-mates.$_{747}$

Rất khó mà nói tại sao loài người thích những trận đấu thể thao có tổ chức. Lý do tại sao chúng ta thích thể thao, có lẽ không người nào giống người nào. Dù là những chú nhóc con đang đá một trái banh quanh một sân chơi trong thành phố, dù là những vận động viên mỗi năm kiếm được hàng triệu đô–la đang thi đấu trong một sân vận động hiện đại thì sự hào hứng khích động của cuộc thi đấu, sự di chuyển của các đấu thủ, kỷ luật và nét đẹp của trận đấu....thì đầy trong không gian. Ai mà lại không dừng lại để xem một trận đấu bóng trên đường phố, hoặc một người bơi lội trong một hồ bơi? Cha mẹ nào lại không hãnh diện khi thấy con mình được công kênh ra khỏi sân banh bởi những người hâm mộ tỏ lòng tri ân? Đối với các đấu thủ thì những niềm vui của tinh thần thể thao có thể bao gồm cả kỷ luật tự giác và tình đồng đội.

748   Then there is that special thrill that comes only to a lucky few.₇₄₈ It is the thrill that comes from hearing a thousand voices shout your name. But personal victory is only one kind of victory .In every game someone must lose,but mankind wins every time an athletic record is broken. It is this aspect of sports that brings people together.

749   Even in defeat, no one says to an athlete.

750   " So what ? "₇₄₉ You say, " Good try ! ". And when your pride gets hurt and your muscles are sore, you say to yourself, " That's part of the game. I'll win next time ! "₇₅₀

Kế đến có một niềm vui đặc biệt mà nó chỉ đến với một số ít vận động viên may mắn mà thôi. Đó là niềm vui khi bạn nghe hàng ngàn tiếng la hét réo gọi tên của bạn. Nhưng chiến thắng cá nhân chỉ là một loại chiến thắng mà thôi. Trong mọi trận đấu phải có người thua, nhưng toàn thể loài người thắng mỗi khi một kỷ lục thể thao bị phá. Chính khía cạnh này của thể thao làm cho con người gần gũi nhau.

Ngay cả trong khi thua một cuộc thi đấu không ai lại nói với một vận động viên " Thua thì có sao đâu ", Bạn nói " Đã cố gắng tốt đó ". Và khi niềm hãnh diện của bạn bị tổn thương và các bắp thịt của bạn bị đau nhức, bạn hãy tự nhủ " Đó là một phần của cuộc thi đấu. Ta sẽ thắng kỳ tới ".

Questions about "A Thousand Voices"

Fact :
The answers are *clear* **in the story.**

1. Are sports competitions a recent development in the world?

2. Nowadays, do most people participate in sports as athletes or as spectators ?

3. Does everybody enjoy sports for the same reason ?

4. What four exciting things usually go on wherever sports are played ?

5. What is the special excitement that comes only to a lucky few ?

6. Which aspect of sports brings people together, the victory of one person over another, or the victory of mankind over past human limits ?

Inference :
You can *guess the right answers* **from the story.**

1. Is the fact that " for importan competitions the whole world becomes one big stadium " a recent development in the world ?

2. What has helped to bring the world together as " one big stadium " ?

Câu hỏi về bài :

" Một Ngàn Tiếng La Hét Réo Gọi "

* Sự kiện :

–Câu trả lời đã có sẵn trong bài :

1. No, they are not. Sports competitions are not a recent development in the world.
2. Nowadays, most people participate in sports as spectators.
3. No, everybody enjoys sports for different reasons.
4. The four exciting things which usually go on wherever sports are played are the excitement of competition, motion, discipline and beauty.
5. The special excitement that comes only to a lucky few is the thrill of hearing a thousand voices which shout your name.
6. The aspect of sports that brings people together is the victory of mankind over human limitations ; mankind wins every time an athletic record in broken.

* Suy diễn :

–Bạn có thể đoán để trả lời cho đúng với nội dung bài.

1. Yes, the fact that "for important competitions the whole world becomes one big stadium " is a recent development in the world.
2. T.V and radio have helped to bring the world together as " one big stadium ".

3. Do athletes compete only against each other, or do they also compete against themselves ?

4. What else do they compete against ?

5. Does the author agree with the saying "It's not whether you win or lose, but how you play the game that counts " ?

6. Does the author appreciate many different aspects of sports or only victory ?

To the Student:

There are *no wrong answers* **to these questions.**

1. Do you prefer watching sports or participating in them?

2. What sports do you like most (either to watch or to play) ?

3. Are sports important to you ?

4. Do you prefer team sports or individual competitions ?

5. Do you agree with the saying " It's not whether you win or lose, but how you play the game that counts " ?

6. What aspect of sports is most important to you ?

3. Not only do athletes compete against each other they also compete against themselves.

4. Athletes also compete against pride, bodily pains and physical endurance (pride = niềm kiêu hãnh ; *bodily pains* = sự đau đớn của thể xác).

5. Yes, the author agrees with the saying " It's not whether you win or lose , but how you play the game that counts ". (Bạn thắng hay thua, điều đó không quan trọng. Bạn thi đấu như thế nào, mới là điều quan trọng).

6. The author appreciates many different aspects of sports.

* **Lưu ý các học viên :**

–*Những câu trả lời dưới đây không có câu trả lời sai.*

1. I prefer watching sports.

2. I like to play tennis most.

3. Yes, sports are important to me.

4. I prefer *individual competitions.*(=các cuộc thi đấu cá nhân).

   (*team sports* =môn thể thao toàn đội).

5. Yes, I agree with the saying " It's not whether you win or lose, but how you play the game that counts ".

6. Punishing self–discipline is most important to me.

I. MULTIPLE CHOICE

A. One of the choices following the example best describes the meaning of the sentence. Pay special attention to the words in italics.

Example : *Little kids* are kicking a ball around a city playground.

    a. Baby goats are kicking the ball.

    b. Teenagers are kicking the ball.

    c. Young children are kicking the ball.

    d. Small babies are kicking the ball.

The correct answer is " c ".

B. Choose the right answer for each of the sentences below.

1. *The athletic few compete* on the field while the rest of us watch.

    a. The athletes don't compete very much, and the rest of us participate from the safety of our seats.

    b. The small number of people who are athletes compete, and the rest of us watch.

    c. Only a small number of all the athletes compete, and the rest of us watch.

2. Then there is that special *thrill that comes only to a lucky few.*

    a. Only a small number of people experience the thrill of victory.

    b. Lucky people only have the thrill of victory a small number of times.

    c. The thrill of victory comes only to people who have a small amount of luck.

I– CÂU CHỌN LỰA CỦA LOẠI TRẮC NGHIỆM ĐA TUYỂN (MULTIPLE CHOICE).

A. Chỉ có một trong những câu trả lời cho sẵn diễn tả đúng nhất ý nghĩa của câu. Hãy đặc biệt chú ý tới các từ in nghiêng.

Thí dụ : *Little Kids* are kicking a ball around a city playground.

● Câu trả lời C đúng, vì *little kids* có nghĩa là *young children*

B. Chọn câu trả lời đúng cho mỗi trong những câu dưới đây :

1. Chọn câu *b*. (Một số ít lực sĩ thi đấu, và số còn lại là chúng ta thì xem).

2. Chọn câu *a*. (Chỉ một số người có cơ hội hưởng được niềm vui chiến thắng).

3. Whether little kids are kicking a ball around a city playground, or *million-dollar-a-year athletes are playing* in a modern stadium, the excitement of competition, motion, discipline, and beauty are in the air.

a. The excitement in a game between kids is similar to the excitement in a game between athletes who earn a million dollars a year.

b. The excitement in a game between kids on a playground is similar to the excitement in a game between athletes in a stadium that cost a million dollars a year.

c. The excitement in a game between kids is similar to the excitement in a game between athletes who sell a million dollars worth of tickets every year.

4. Whether little kids are kicking a ball arount a city playground, or million-dollar-a-year athletes are playing in a modern stadium, *the excitement of competition, motion, discipline, and beauty are in the air.*

a. It doesn't matter who is playing or where. The competition is exciting when the players are active and well-behaved, and the weather is beautiful.

3. **Câu** *a* **đúng.** (Sự phấn khích trong một trận đấu giữa những chú bé cũng tương tự sự sự kích động trong một trận đấu giữa các vận động viên kiếm được một triệu đô–la mỗi năm).

4. **Câu** *c* **đúng.** (Ai thi đấu và thi đấu ở đâu không phải là điều quan trọng.Các bộ môn thể thao đều rất phấn khích bởi vì tất cả đều bao gồm sự thi đấu, sự di chuyển của đấu thủ,tinh thần kỷ luật và vẻ đẹp của thể thao).

7. For the players, the joys of sportsmanship can
   include *punishing self-discipline* and the frendship
   of teammates.

   a. The players like to punish themselves when they
      are not good.

   b. The players like to be trained in painful and
      difficult ways so they will be as good as possible.

   c. The players like to train themselves to be as
      good as possible even if the training is painful
      and difficult.

8. For the players, *the joys of sportsmanship can
   include* a punishing self – discipline and the
   friendship of teammates.

   a. The joys of sportsmanship are self –discipline
      and friendship.

   b. Two of all the possible joys of sportsmanship
      are self –discipline and friendship.

   c. The players only enjoy self –discipline and
      friendship.

5. Câu *b* đúng.

(Người ta thường luôn dừng lại để xem một cuộc đấu bóng hay một vận động viên bơi lội, phải không?)

6. Câu *c* đúng.

(Tất cả cha mẹ đều hãnh diện khi con cái mình thi đấu giỏi, phải không ?)

b. It doesn't matter who is playing or where. Any competition in the air is exciting because it has motion, discipline, and beauty.

c. It doesn't matter who is playing or where. Sports are exciting because they all involve competition, motion, discipline, and beauty.

5. *Who doesn't stop to watch* a ball game in the street or a swimmer in a pool?

a. Doesn't anybody stop to watch a ball game or a swimmer ?

b. People always stop to watch a ball game or a swimmer, don't they ?

c. Nobody stops to watch a ball game or a swimmer, does he?

6. *What parents are not proud to see* their children carried off the field by thankful fans ?.

a. All parents are proud when their children play so badly that the fans go out on the field and carry them away, aren't they ?

b. Are any parents proud when their children play so well that the fans lift them up and carry them around ?

c. All parents are proud when their children play well, aren't they?

7. Câu *c* **đúng.**

(Nhưng đấu thủ thích tự huấn luyện để trở nên càng giỏi càng hay ngay cả dù rằng sự huấn luyện thì gian khổ và khó khăn)

8. Câu *b* **đúng.**

(Hai trong những niềm vui mà tinh thần thể thao có thể mang lại là kỷ luật tự giác và tình bạn)

9. *Mankind* wins every time *an athletic record is broken.*

   a. All humans win when a record with songs about
      athletes is broken.
   b. All humans win when an athlete plays better
      than anyone else has before.
   c. A kind man always plays better than anyone else.

10. Even in defeat, no one says to an athlete," *So what ? "*
   a. Even if an athlete loses, no one says, " Well, what
      difference does it make? It doesn't matter "
   b. Even if an athlete loses, no one says, " Well, what
      went wrong ? ".
   c. Even if an athlete loses, no one says, " Well, what
      happened ? "

II. PASSIVE FORMS of *GET*

A. Sometimes GET + Past Participle has a passive
   meaning. This typeof sentence is very common in
   spoken English.

   Active : Something hurt your pride.

   Passive : Your pride *got* hurt.

9. Câu *b* đúng.

(Tất cả loài người thắng khi một vận động viên thi đấu giỏi hơn bất cứ vận động viên nào trước đó)

10. Câu *a* đúng.

(Cho dù một vận động viên có thua, không ai lại nói " À, vậy thua có quan trọng gì đâu, có gì khác biệt đâu ? Không hề gì cả ."

II. CÁC HÌNH THỨC THỤ ĐỘNG của *GET*

A. Đôi khi **GET** + *Past Participle* có nghĩa thụ động. Loại câu này rất phổ biến trong Anh ngữ.

Thể chủ động : Cái gì đó làm tổn thương niềm tự hào của bạn.

Thể thụ động : Niềm tự hào của bạn bị tổn thương.

B. Change the following sentences to passive with a form of *get*. Leave out the agent.

Examples :   1. They did the work on time.
           The work got done on time.
         2. The company pays me every Friday.
           I get paid every Friday.

1. The enemy destroyed the opera house during the war.

2. The company fired ten employees.

3. Whenever Ali takes a cookie, someone catches him.

4. They never punish some criminals.

5. They tore down that old building last year.

6. Did anyone ever do the dishes ?

B. Đổi những câu sau đây ra thể thụ đông bằng cách dùng động từ GET. Bỏ *tác nhân* (agent).

Thí dụ : 1. Người ta đã làm công việc đúng giờ.

Công việc đã được làm đúng giờ.

2. Công ty trả lương tôi vào mỗi thứ Sáu.

Tôi được trả lương vào mỗi thứ Sáu.

(*Chú ý* : Động từ GET trong câu *Passive* phải cùng một *thì* với động từ chính trong câu *active*)

1. The opera house (rạp hát nhạc kịch) *got destroyed* during the war.

2. Ten employees *got fired* . (bị sa thải)

3. Whenever Ali takes a cookie, he *gets caught.*

(bị bắt gặp).

4. Some *criminals* never *get punished* .(tên phạm trọng tội)

5. That old building *got torn down* last year.

(bị phá sập xuống)

6. Did the dishes ever *get done*?

(To do the dishes: rửa chén)

7. Someone robbed in the street.

8. The police arrested the suspect.

9. Someone stole her car last month.

10. They finally finished the work.

III. NOUNS USED AS ADJECTIVES

A. Shorten each phrase as in the example.

Examples : 1. A fork for salad is a *salad fork.*

2. A letter written for business purposes
is *a business letter.*

1. A dress for the evening is.
2. A student of law is
3. A school for business is
4. A lamp for the table is
5. A table for coffee is
6. A letter of love is
7. A light for the street is
8. A store for shoes is
9. A map of a road is
10. A ticket for an airplane is
11. A pot for coffee is
12. A building used for commercial purposes is

7. She *got robbed* in the street. (bị cướp)

8. The suspect *got arrested.*

9. Her car *got stolen* last month.

10. The work finally *got finished.*

III. DANH TỪ ĐƯỢC DÙNG NHƯ TÍNH TỪ:

A. Rút ngắn mỗi nhóm từ sau đây như trong thí dụ mẫu:

Thí dụ : 1. Cái nĩa dùng để ăn rau trộn.

2. Một lá thư thương mại, dùng vào mục đích giao dịch.

1. A dress for the evening is *an evening dress* . (áo đầm mặc ban đêm vào các dịp long trọng)

2. A student of law is *a law student.* (sinh viên luật)

3. A school for business in *a business school* . (Trường thương mại)

4. A lamp for the table is *a table lamp* . (đèn để bàn)

5. A table for coffee is *a coffee table* . (bàn để uống cà phê)

6. A letter of love is *a love letter* . (bức thư tình)

7. A light for the street is *a street light.* (đèn đường)

8. A store for shoes is *a shoe store.*[1] (Tiệm giày)

9. A map of a road is *a road map.* (bản đồ chỉ đường).

10. A ticket for an airplane is *an airplane ticket.* (vé máy bay)

11. A pot for coffee is *a coffee pot.* (bình cà phê).

12. A building used for commercial purposes is *a commercial building..* (tòa cao ốc dùng vào việc thương mại)

---

(1) *A shoe store* : tiệm giày . (danh từ *shoe* không có S). Trong các danh từ kép mà có 2 danh từ, thì danh từ thứ nhất phải được dùng ở **hình thức số** *ít*

B.Shorten each noum phrase as in the examples.

Examples :   A person who plays baseball is *a baseball player.*

A machine that makes coffee *a coffee maker.*

1. A person who works in a factory is
2. A machine that grinds coffee is
3. A person who lcves animals is
4. A person who teaches English is

B. Rút gọn mỗi nhóm từ sau đây như trong thí dụ mẫu.

Thí dụ : Người chơi dã cầu
Dụng cụ pha cà phê.

1. A person who works in a factory is *a factory worker.*
   (Công nhân xí nghiệp)

2. A machine that grinds coffee is *a coffee grinder.*
   (Máy xay cà phê).

3. A person who loves animals is *an animal lover.*
   (Người yêu mến thú vật)

4. A person who teaches English is *an english teacher.*
   (Giáo viên tiếng Anh)

5. A machine that lights cigarettes is

6. A person who drives trucks is

7. A person who writes short stories is

8. A machine that conditions the air is

9. A person who fights fires is

10. A person who trains animals is

11. A person who collects taxes is

12. A person who reviews books is

13. A machine that dries clothes is

14. A person who writes speeches is

15. A person who makes laws is

5. Amachine that lights cigarette is *a cigarette lighter*.
   (Cái bật lửa)

6. A person who drives trucks is *a truck driver*.
   (Tài xế xe vận tải)

7. A person who writes short stories is *a short story*.
   writer. (Người viết truyện ngắn).

8. A machine that conditions the air is *an air con-
   ditioner*. (Máy điều hòa không khí)

9. A person who fights fire is *a fire fighter (or fireman)*.[1]
   (Lính cứu hỏa)

10. A person who trains animals is *an animal trainer*.
    (Người huấn luyện thú vật).

11. A person who collects taxes is *a tax collector*.
    (Người đi thu thuế)

12. A person who reviews books is *a book reviewer*.
    (Người điểm sách)

13. A machine that dries clothes is *a clothes dryer*.[2]
    (Máy sấy khô quần áo)

14. A person who writes speeches is *a speech writer*.
    (Người viết diễn văn)

15. A person who makes laws is *a law maker*.
    (Người làm luật).

---

(1) Lính cứu hỏa : *fireman*. Riêng người Mỹ còn dùng thêm một từ nữa là
fire-fighter.

(2) Trong danh từ *clothes dryer* danh từ *clothes* (quần áo) luôn luôn có—S, vì nếu
không có S (tức là *cloth* [ɔ] or [ɔ:])   thì nó có nghĩa là *vải may mặc,miếng vải,*
khăn trải bàn...

392

MỤC LỤC

Khác biệt giữa thì quá khứ đơn và thì quá
khứ lưu đến hiện tại

Thì Present Perfect với never/ ever, just,
already, yet.

Từ nối THAT

Liên hệ đại từ chỉ người

Phần 1 : Một lá thư nữa của Miguel

Tiếng thay thế cho danh từ

Cấu trúc đối xứng cân bằng

Bỏ THAT, SO và NOT

Bỏ Infinitive Phrase

Từ vựng

Thêm một số tiếng bổ nghĩa kép
có gạch nối ở giữa

Phần 3 : Tờ Nội San Hội Chợ Thế Giới.

Thứ tự từ trong câu bị đảo lộn—
Đảo ngữ

Mệnh đề hạn chế nghĩa và Mệnh
đề không hạn chế nghĩa

Liên hệ đại từ chỉ đồ vật

Danh động từ

Bàng thái cách

Trợ động từ OUGHT TO